मृत्यूनंतरचे जीवन

बेस्टसेलर पुस्तक 'विचार नियम'चे रचनाकार सरश्री यांची अन्य श्रेष्ठ पुस्तकं

१. **आध्यात्मिक विकास साधण्यासाठी या पुस्तकांचा लाभ घ्यावा**

- **जीवनाची दोन टोकं** - ध्यान आणि धन
- **मांजर आडवं गेलं तर** - चुकीच्या धारणांतून मुक्ती
- **अंतर्मनाच्या शक्तीपलीकडील आत्मबळ**
- **ध्यान दीक्षा** - ध्यानाचे दान - 'स्व' साक्षीचं ज्ञान
- **ध्याननियम** - आध्यात्मिक उन्नतीचा दिव्यमार्ग
- **मृत्यू उपरांत जीवन** - मृत्यू मोका की धोका
- **मृत्यू अंत नव्हे वाटचाल...** पारटूचं रहस्य
- **ईश्वर कोण मी कोण** - आत्मसाक्षात्काराचा मार्ग
- **तुझी इच्छा तीच माझी इच्छा** - भक्ती वरदान

२. **स्वविकासासाठी या पुस्तकांचा लाभ घ्यावा**

- **विचार नियम** - आपल्या यशाचे रहस्य
- **विकास नियम** - आत्मसंतुष्टीचं रहस्य
- **सन ऑफ बुद्धा या कथेतून जाणा** - मुलांचा विकास कसा करावा
- **आळसावर मात** - उत्साही जीवनाची सुरुवात
- **आत्म मनोबल प्राप्त करण्याच्या ७ शक्ती** - मनासारखं लक्ष्य कसं प्राप्त कराल
- **स्वसंवाद एक जादू** - आपला रिमोट कंट्रोल कसा प्राप्त करावा
- **बोरडम, मोह, अहंकार यांपासून मुक्ती** - सूक्ष्म विकारांवर विजय
- **रचनात्मक विचारसूत्र** - नाविन्यपूर्ण विचारांद्वारे जीवन बदलण्याचा मार्ग
- **महापुरूषांच्या लेखणीतून...**
- **सुगंध नात्यांचा** - सोनेरी नियमाची किमया

३. **युवकांनी या पुस्तकांचा लाभ घ्यावा**

- **स्वामी विवेकानंद** - भारतातील गुरु-शिष्य परंपरेची मशाल
- आजच्या युवा पिढीसाठी - **विचार नियम फॉर युथ**
- **नींव नाइन्टी फॉर टीन्स्** - बेस्ट कसे बनाल
- श्रीरामांकडून काय शिकाल - **नवरामायण फॉर टीन्स्**

४. **या पुस्तकांद्वारे प्रत्येक समस्येचं समाधान प्राप्त करा**

- **स्वीकाराची जादू** - त्वरित आनंद कसा प्राप्त करावा
- भय, चिंता आणि क्रोध यांपासून - **मुक्ती**

५. **या आध्यात्मिक कादंबऱ्यांद्वारे जीवनाचं गूढ रहस्य जाणा**

- योग्य कर्मांद्वारे यशप्राप्ती - **सन ऑफ बुद्धा**
- **शोध स्वतःचा** - In Search of Peace
- **पृथ्वी लक्ष्य** - मृत्यूचं महासत्य
- दुःखात खुश राहण्याची कला - **संवाद गीता**

१.३ करोड पेक्षा अधिक प्रति विकलेले पुस्तक

मृत्यू नंतरचे जीवन

रेमंड ए. मूडी

Marathi translation of the bestseller book *Life After Life*

मृत्यूनंतरचे जीवन

'LIFE AFTER LIFE' या मूळ इंग्रजी पुस्तकाचा मराठी अनुवाद

All Rights Reserved.

This edition is licenced by WOW Publishings Pvt. Ltd.

ISBN : 9788184154917

वॉव पब्लिशिंग्ज् प्रा.लि.द्वारे प्रकाशित हे पुस्तक अशा अटीवर विकण्यात येत आहे की प्रकाशकाच्या लेखी पूर्वअनुमतीविना ते व्यापाराच्या दृष्टीने अथवा अन्य प्रकारे उसने, भाड्याने अथवा विकत अन्य कोणत्याही प्रकारच्या बांधणीत अथवा अन्य मुखपृष्ठासह देता येणार नाही. तसेच अशाच प्रकारच्या अटी नंतरच्या ग्राहकावर बंधनकारक न करता आणि वर उल्लेखिलेल्या कॉपीराइटपुरत्या मर्यादित न ठेवता या पुस्तकाच्या कोणत्याही स्वरूपाच्या विनिमयास, तसेच कॉपीराइटधारक व वर उल्लेखिलेले प्रकाशक दोघांच्याही लेखी पूर्वअनुमतीविना इलेक्ट्रॉनिक, मेकॅनिकल, फोटोकॉपी, रेकॉर्डिंग इत्यादी प्रकारे या पुस्तकाचा कोणताही अंश पुनःप्रस्तुत करण्यास, जवळ बाळगण्यास अथवा सुधारित स्वरूपात प्रस्तुत करण्यास मनाई आहे.

प्रकाशक : वॉव पब्लिशिंग्ज् प्रा.लि., पुणे

प्रथम आवृत्ती : फेब्रुवारी २०१६

तृतीय पुर्नमुद्रण : डिसेंबर २०१८

अनुवादक : यशश्री पुणेकर

Mrutyunantarche Jeevan

by Raymond Moody

हे पुस्तक जॉर्ज रिची (एम. डी.) यांना व
त्यांनी ज्यांना सुचविले
त्या सर्वांना समर्पित केले आहे.

लेखकाबद्दल...

सुप्रसिद्ध मानसोपचारतज्ज्ञ, व्याख्याते, लेखक आणि संशोधक डॉ. रेमण्ड मूडी हे मृत्युपश्चात या विषयातील अधिकारी व्यक्ती आहेत. 'मृत्यूनंतरचे जीवन' (लाईफ आफ्टर लाईफ) या त्यांच्या १९७५ सालच्या पुस्तकानंतर आतापर्यंत त्यांची सहा पुस्तकं प्रसिद्ध झाली आहेत. सध्या ते अलाबामा इथे एक संशोधन संस्था चालवतात -

द थिएटर ऑफ द माईंड. या संस्थेतर्फे अध्यापक आणि वैद्यकीय व्यावसायिकांसाठी कार्यशाळा घेतल्या जातात.

अनुक्रमणिका

	प्रस्तावना	09
	उपोद्घात	19
	परिचय	21
१.	**मृत्यू म्हणजे नेमकं काय?**	**24**
२.	**मृत्यूचा अनुभव**	**31**
	अवर्णनीय	34
	बातमी ऐकणं	35
	स्वस्थता आणि शांततेची भावना	37
	आवाज	38
	अंधारा बोगदा	39
	शरीराबाहेर	42
	एका तरुण मुलाचा अनुभव	44
	इतरांशी भेट	59
	प्रकाशरूपी आत्मा	62
	आढावा (सिंहावलोकन)	67
	सीमारेषा	76
	पुनरागमन	79
	इतरांना सांगणं	85
	आयुष्यावर परिणाम	90

7

	मृत्यूबद्दलचा नवा दृष्टिकोन	94
	खात्री – पुष्टीकरण	98
३.	समांतर (विचारधारा)	**107**
	बायबल	107
	प्लेटो	113
	मृत्यूवरचं तिबेटियन पुस्तक (ग्रंथ)	116
	इमॅन्युएल स्वीडनबोर्ग	118
४.	प्रश्नावली	**124**
५.	स्पष्टीकरण	**140**
	अलौकिक स्पष्टीकरणं	140
	नैसर्गिक (शास्त्रीय) स्पष्टीकरणं	141
	मानसशास्त्रीय स्पष्टीकरणं	150
६.	प्रभाव	**157**
	परिशिष्ट १ एकविसाव्या शतकातील मृत्युसन्निध अनुभव	160
	परिशिष्ट २	167-176

प्रस्तावना

पंचवीस वर्षांपूर्वी रेमंड मूडींच्या 'मृत्यूनंतरचे जीवन' (लाईफ आफ्टर लाईफ) या पुस्तकाने मृत्यूबद्दल असलेल्या समजुतीमध्ये जगभरात खूप मोठा बदल घडवून आणला. आज, डॉ. मूडी-संशोधनधारा जगभर वाहते आहे आणि मृत्यूनंतर आपलं जीवन कसं असेल, याविषयीच्या आधुनिक विचारधारा निर्माण करण्याचं काम करत आहे. अंधारा बोगदा, तेजस्वी प्रकाश, स्वागतासाठी आलेले मृत प्रियजन यांविषयी आपल्या मनात विश्वास निर्माण करत आहे. लक्षात घ्या, पंचवीस वर्षांपूर्वी मृत्यूच्या अनुभवाची कल्पना करणं तितकंसं सर्वमान्य नव्हतं. डॉ. मूडींनी या विषयातल्या पहिल्या पिढीच्या संशोधकांना प्रेरणा दिली. या संशोधकांनी मानवी चेतना आणि मृत्यू याविषयीची वैज्ञानिक जाण वाढवण्यासाठी स्वतःला झोकून दिलं आणि त्यातूनच मृत्युपश्चात अनुभवांबद्दलचं नवं शास्त्र निर्माण झालं. व्हर्जिनियातील मानसशास्त्राचे प्राध्यापक ब्रुस ग्रेसन यांनी म्हटल्याप्रमाणे मूडींचं संशोधन प्रकाशित झाल्याने एक नवं जगच सामोरं आलं आहे. मूडींचं पुस्तक १९७५ मध्ये प्रथम प्रकाशित झालं. या पुस्तकाच्या प्रकाशनानंतर जगाचा या विषयाकडे बघण्याचा दृष्टिकोन इतका बदलला आहे की, त्या आधीची सांस्कृतिक परिस्थिती आठवणं देखील कठीण झालंय.

या पुस्तकाच्या आधी NDE - Near Death Experience (मृत्युपश्चात अनुभव) असा शब्दच अस्तित्वात नव्हता. डॉक्टर तर याला औषधोपचाराचा परिणाम म्हणून 'लाझरस सिन्ड्रोम' (Lazarus syndrome) असं संबोधत. रुग्णांना अशा अनुभवांबद्दल काही सांगता येत नसे. त्यांना वाटे आजारपणामुळे, औषधांच्या दुष्परिणामाने आपल्याला असे भास होत असावेत किंवा मेंदूला ऑक्सिजन कमी पडल्याने भ्रम झाला असावा. एकदा डॉ. मूडींनी हृदयविकाराचा झटका आलेल्या माणसांचे अनुभव प्रत्यक्ष

ऐकले आणि त्यातून त्यांना मृत्युपश्चात जीवनाबद्दलची माहिती मिळाली. या माहितीमुळे आपला समाज अत्यंत आश्चर्यात बुडाला आणि मृत्यूनंतर आपल्याला आध्यात्मिक अनुभव येतात, याची जाणीव झाली. जॉर्ज गॅलप यांच्या अंदाजानुसार साधारण पाच टक्के लोकांना असा मृत्युपश्चात अनुभव आलेला असतो तरीही ते उपहास, चेष्टा होण्याच्या भीतीने काही सांगत नाहीत. इतकंच नाही तर त्यांना स्वतःलाही या अनुभवाच्या सत्यतेविषयी शंका असते.

'मृत्यूनंतरचे जीवन' (लाईफ आफ्टर लाईफ) या पुस्तकाला इतकं यश मिळण्याचं कारण त्यात पाश्चात्त्य जगातील विसाव्या शतकातल्या दोन समस्यांचा परामर्श घेतला आहे.

१. मृत्यू याविषयीच्या सामाजिक संकल्पनांचा नाश आणि

२. मानवाच्या आध्यात्मिक पैलूचं नियोजनबद्ध खच्चीकरण.

डॉ. मूडींच्या संशोधनाने आपल्याला आठवण करून दिली की आपल्या हृदयामध्ये खोल आपलं जे मूळ अस्तित्व आहे, ते आध्यात्मिक आहे आणि मृत्यूनंतर स्वागताला येणारा स्नेहल प्रकाश हा त्याचाच पुरावा आहे. आपला मृत्यू झाल्यानंतर आपल्या आयुष्याचं मूल्यमापन केलं जातं. आपण किती संपत्ती मिळवली, आपली पत काय, किती प्रतिष्ठा मिळवली, यावरून त्याचं मूल्यमापन ठरत नाही, तर आयुष्यभर आपण कितीजणांना भरभरून प्रेम दिलं, यावरून ते ठरतं.

चर्चमध्ये जाण्याचं, पारंपरिक धार्मिक प्रथांमध्ये सहभागी होण्याचं प्रमाण खूपच घटलं होतं तेव्हा मूडींच्या या पुस्तकाने आपल्या आयुष्यातील आध्यात्मिकतेचं महत्त्व नव्याने जाणवून दिलं. मृत्युपश्चात जीवन या विषयाचा परिचय या विषयाच्या मूळ संशोधक एलिझाबेथ कुबलर रॉस यांनीच करून दिला. हजारो वर्षांपासून मृत्यू हा जीवनाचा नैसर्गिक अविभाज्य भाग असल्याची मानवाची भावना होती. पण गेल्या शतकातल्या मृत्यूविषयीच्या आपल्या दृष्टिकोनातील पाशवी बदलामुळे आपण या मूळ भावनेपासून दूर गेलो. मृत्यू आपल्याला वाईट, अनैसर्गिक, भीतिदायक वाटू लागला आणि त्याचं खरं स्वरूप लपलं गेलं. एकोणिसाव्या शतकात बरेचसे लोक

त्यांच्या घरीच दिवंगत होत असत पण विसाव्या शतकापासून बहुसंख्य लोक हॉस्पिटलमध्ये मृत्यू पावायला सुरुवात झाली. वैद्यकीय शास्त्रातील उपचाराच्या मृत्यूसमयीच्या अतिरेकी वापरामुळे मरणारी व्यक्ती त्याच्या जीवनावरील ताबा, नियंत्रण हरवून बसते. विसाव्या शतकाच्या उत्तरार्धात, अमेरिकन मेडिकल असोसिएशन या निष्कर्षावर पोहोचली की, मरणाऱ्या माणसाच्या बाबतीत अनावश्यक औषधोपचारांमुळे त्याचे हाल होतात आणि त्याच्या शांततापूर्ण मृत्युप्रक्रियेत अडथळा निर्माण होतो.

१९६५ मध्ये एलिझाबेथ कुबलर रॉस यांनी 'डेथ अॅन्ड डाईंग' हे पुस्तक लिहिलं. तेव्हा समाजात मृत्यूविषयी बोलणं टाळलं जायचं, रुग्णाचा मृत्यू जवळ आल्यावर त्याला एक 'सुंदर असत्य' सांगून त्याचा मृत्यू जवळ आला आहे, हे सत्य त्याच्यापासून लपवलं जायचं. त्याला त्याच्या शारीरिक स्थितीबद्दल, उपचाराबद्दल काही सांगितलं जात नसे. ज्या गोष्टींनी त्रास होईल, त्याची जगण्याची आशा मावळेल, अशा सर्व गोष्टी त्याच्यापासून लपवल्या जात. पण सामाजिक शास्त्रज्ञ मात्र मरणाऱ्या माणसाला त्याच्या मृत्यूची कल्पना आलेली असते, असं प्रतिपादन करतात. 'सुंदर असत्य' या संकल्पनेमुळे डॉक्टर आणि समाज मृत्यूविषयीच्या सत्यापासून दूर राहिला.

डॉ. कुबलर रॉस यांनी सर्वांत प्रथम मरणाऱ्या व्यक्तींशी त्यांच्या भावनांबद्दल बोलण्याचं धाडस केलं. त्यामुळे त्यांना त्यांच्या शिकागो इथल्या हॉस्पिटलमधल्या कर्मचाऱ्यांच्या रोषाला तोंड द्यावं लागलं. उदाहरणार्थ, एका नर्सनं त्यांना रागानं विचारलं, ''एखाद्या रुग्णाला तू आता काही दिवसांचा सोबती आहेस, हे सांगताना तुम्हाला मजा येत असेल नाही?'' डॉ. कुबलर रॉस यांना असं आढळलं, की ही गोष्ट त्या रुग्णालाही माहिती असायची. ते विजनवास आणि एकाकीपणानं असहाय झालेले असायचे. आपल्या समाजात मृत्यूविषयी असलेल्या भीतीमुळे त्यांना एकटं सोडलं जाई. डॉ. कुबलर रॉस यांनी मृत्यूनंतर काय होतं, याविषयाच्या आध्यात्मिक पैलूवर प्रकाश टाकण्यामध्ये मोठी कामगिरी बजावली असली तरी त्यांच्या पहिल्या पुस्तकामध्ये त्यांनी फक्त मृत्यू होत असतानाच्या भावनिक अवस्थांचं वर्णन केलं आहे. ज्यामध्ये नकार, विजनवास, राग, निराशा, घासाघीस आणि स्वीकार या भावनांचा

समावेश आहे. या सामान्यज्ञानाने सुद्धा समजून घेता येणाऱ्या निरीक्षणांना पाहूनच आपला समाज थक्क झाला होता. रॉस यांनी मांडलेले हे निष्कर्ष पाहून वैद्यकीय जगतात कमालीची नाराजी पसरली. त्यांच्या मते हे कार्य रुग्णाला वाचवायचे प्रयत्न नसून त्यांना मृत्यूच्या हवाली करण्यासारखं होतं. साठच्या दशकाच्या मध्यात अमेरिकेमध्ये राजकीय क्षेत्रात आणि लैंगिक जीवनाकडे बघण्याच्या दृष्टिकोनात प्रचंड प्रगती झाली असली तरी 'मृत्यू' हा विषय तेव्हा सुद्धा निषिद्धच मानला जात होता. मृत्यूबद्दलचा दृष्टिकोन आणि मृत्युशय्येवरील अध्यात्म या दोन्ही गोष्टी बाजूला पडल्या.

मृत्युपश्चात जीवनाच्या स्वागतासाठी साधारण दहा वर्षांनंतर जरा योग्य वातावरण निर्माण झालं, तेव्हा डॉ. कुबलर रॉस यांनी एक धक्कादायक विचार मांडला. त्यांनी सांगितलं, मरणाऱ्या व्यक्तीला तिच्या मरणाची पूर्वकल्पना आलेली असते आणि त्यांनी तिचा स्वीकारही केलेला असतो. दहा वर्षांनी, डॉ. मूडींनी 'असं का?' याचं स्पष्टीकरण दिलं. मृत्यूजवळ असणाऱ्या लोकांसाठी मृत्यू हा केवळ जीवनाचा नाश नसून तो चैतन्यपूर्ण आध्यात्मिक असा ज्ञानमय स्थित्यंतराचा काळ असल्याचं प्रतिपादन त्यांनी केलं. याच ज्ञानाच्या जाणिवेमुळे आपल्या समाजाचंही स्थित्यंतर झालं. 'मृत्यूनंतरचे जीवन' (लाईफ आफ्टर लाईफ) या पुस्तकाचा इतका प्रभाव पडला की त्याच नामसाधर्म्याची अनेक पुस्तकं त्यापाठोपाठ आली. 'लाईफ बिफोर लाईफ', 'लाईफ ॲट डेथ', 'लाईफ बिटविन लाईफ' अशी काही नावं उदाहरणादाखल सांगता येतील. यांतलं मला आवडलं ते 'एल्विस आफ्टर डेथ'. 'लाईफ आफ्टर लाईफ' हे पुस्तक सांस्कृतिक आदर्श ठरलं, कारण त्यानं त्यावेळच्या आध्यात्मिकदृष्ट्या दुर्बळ झालेल्या समाजाला आधार दिला.

विरोधाभास म्हणजे जे वैद्यकीय तंत्रज्ञान मरणाऱ्या माणसाच्या अवमानित अवस्थेला कारणीभूत ठरतं, तेच तंत्रज्ञान आता जास्तीत जास्त लोकांना मृत्यूच्या दारातून परत आणण्यात यशस्वी होत आहे. ज्यामुळे अशा जीवदान मिळालेल्या अधिकाधिक लोकांचे मृत्युपश्चात अनुभव ऐकायला मिळू शकतात. १९७०च्या सुरुवातीला हृदयविकाराच्या झटक्यातून वाचवणारं विकसित तंत्रज्ञान चांगलंच रुजलं होतं. मृत्युपश्चात

जीवनाच्या कहाण्या या नेहमीच सांगितल्या जात होत्या पण आधुनिक काळाच्या आधी वैद्यकीय मृत्यूनंतर जीवदान मिळण्याची शक्यता दुर्मीळ असे. आधुनिक अतिदक्षता विभाग, औषधोपचार, तातडीने उपचार करणारे वैद्यकीय कर्मचारी यांमुळे मृत्यूला लांबवणं शक्य होऊ लागलं आहे. डॉ. मूडींनी याच रुग्णांच्या आधारे आयुष्याच्या शेवटच्या काही मिनिटांतील घडामोडी जाणून घ्यायचा यशस्वी प्रयोग केला.

डॉ. मूडींचं, शास्त्रज्ञांच्या पहिल्या आणि आता दुसऱ्याही पिढीवर पडलेल्या प्रभावाचं जेवढं महत्त्व आहे, तेवढंच महत्त्व या पुस्तकाचं आहे. हजारो वर्षांपूर्वी प्रत्येकालाच मृत्यूच्या आध्यात्मिक पैलूविषयी जाण होती. त्यामुळे तेव्हा अशा पुस्तकाची काही गरजच नव्हती. १९७५ मध्ये मरणासन्न व्यक्तीला दुसऱ्या जगाचं दर्शन घडतं, याची केवळ नोंद घेणं पुरेसं नव्हतं, तर हा अनुभव भ्रामक नसून खरा आहे; हे सिद्ध करणं गरजेचं होतं. आज पंचवीस वर्षांनंतर प्रत्येक सुजाण संशोधक, वैद्यकीय शास्त्रज्ञ मान्य करतो आहे की, हे अनुभव सत्य-असत्य असे नसून मृत्युप्रक्रियेतील नैसर्गिक भाग आहेत.

मृत्युपश्चात अनुभवाच्या अभ्यासकांची पहिली पिढी म्हणजे कनेक्टिकट विद्यापीठाचे मानसशास्त्राचे प्राध्यापक डॉ. केन रिंग, डॉ. ब्रुस ग्रेसन हे व्हर्जिनिया विद्यापीठाचे प्राध्यापक आणि ब्रिटिश रॉयल कॉलेज ऑफ सायकिॲट्रिटस्‌चे पीटर फेनविक. त्यांनी शास्त्रीय संशोधनाच्या औपचारिक पद्धती आणि तंत्रज्ञान वापरलं आणि ते डॉ. मूडींच्या निष्कर्षाप्रत पोहोचले. या आणि इतर अनेक संशोधकांनी हे अनुभव मेंदुविकाराची लक्षणं किंवा भ्रम नसून सत्य असल्याचा निर्वाळा दिला आहे.

त्यांच्यानंतर माझ्यासारख्या संशोधकांची दुसरी पिढी उदयाला आली. आम्ही सिएॅटल चिल्ड्रेन्स हॉस्पिटलमध्ये लहान मुलांच्या मृत्युसन्निध अनुभवाचा सुनियोजित अभ्यास केला आणि हे अनुभव औषधोपचाराचा परिणाम किंवा मेंदूला प्राणवायूचा पुरवठा कमी होण्याने होत असलेले भ्रम नसून मृत्युप्रक्रियेतील सत्य घटना आहेत असं मत मांडलं. ही मुलं इतकी लहान होती की, यांच्या मनात मृत्यूची भीती असण्याची किंवा यांना मृत्युपश्चात अनुभवांची माहिती असण्याची काहीच शक्यता नव्हती, तरीही

त्यांनी सांगितलेल्या मृत्युपश्चात अनुभवांमध्ये आणि या पुस्तकात मोठ्या माणसांनी सांगितलेल्या अनुभवांमध्ये कमालीचं साम्य दिसून आलं.

नॅशनल वॉरफेअर इन्स्टिट्यूटचे डॉ. जेम्स व्हिनेरी यांनी नियंत्रित वातावरणात मृत्युपश्चात अनुभव घेता येईल, असं प्रायोगिक तत्त्व विकसित केलं आहे. ते जेव्हा लढाऊ वैमानिकांना मोठ्या चक्राकार यंत्रामध्ये बसवून त्यांच्यावर पडणाऱ्या अतिरिक्त गुरुत्वाकर्षणाचा (सेंट्रिफ्युगल फोर्स) अभ्यास करत होते, तेव्हा बरेच वैमानिक मरणप्राय अवस्थेपर्यंत लोटले जायचे. या अवस्थेमध्ये त्यांना मृत्युसन्निध अनुभव येतात, असं डॉ. जेम्स यांना आढळलं. किती नवल आहे पाहा! जॉर्जियातले मानसशास्त्रज्ञ डॉ. मूडी, वायुदलातले सर्जन डॉ. व्हिनेरी आणि मी सिएटलमधला बालरोगतज्ज्ञ, आम्ही तिघंही स्वतंत्ररीत्या काम करत असूनही मृत्युपश्चात अनुभवाबाबत एकाच निष्कर्षावर येऊन पोहोचलो.

जेव्हा डॉ. मूडींचं पुस्तक 'मृत्यूनंतरचे जीवन' (लाईफ आफ्टर लाईफ) पहिल्यांदा प्रकाशित झालं, तेव्हा वैद्यकीय शास्त्रज्ञांनी त्याची हेटाळणी केली. ते त्यांना हास्यास्पद वाटलं. हे सगळे अनुभव केवळ भ्रामक कल्पना आहेत, असं त्यांना वाटलं. पण पंचवीस वर्षांनंतर शास्त्रानं डॉ. मूडींच्या बाजूनं कौल दिला. विज्ञानाच्या मुख्य प्रवाहातला असा एकही शास्त्रज्ञ मला ज्ञात नाही, ज्याचे या विषयावरील निष्कर्ष डॉ. मूडींच्या निष्कर्षाशी जुळत नाहीत. ते सर्व मूडींच्या निष्कर्षांशी सहमत झाले. गेल्या सात वर्षांत या विषयावर काम करणाऱ्या प्रकल्पांचे तीन प्रमुख अहवाल विज्ञान साहित्यात मांडले गेले, जे सगळे डॉ. मूडींच्या प्रारंभीच्या कार्याला अनुमोदन देणारे आहेत.

एलिझाबेथ कुबलर रॉस आणि रेमंड मूडी यांच्यासारख्या मूळ संशोधकांना जे संशयी आणि विरोधी बौद्धिक वातावरण सहन करावं लागलं, ते आता निवळलं आहे. कितीतरी विज्ञानपत्रिकांमध्ये मृत्युपश्चात जीवनाच्या अनुभवाबद्दलचे डझनावारी लेख आता वाचायला मिळतात. डॉ. मूडींना ही सर्व परिस्थिती बदलण्याचं श्रेय द्यायला हवं. आता अनेक पदवीधर तरुण मृत्युपश्चात अनुभवांचा त्यांच्या उच्च शिक्षणामध्ये अभ्यास करण्यासाठी पुढे येत आहेत. देशातील अर्ध्यापेक्षा अधिक वैद्यकीय महाविद्यालयांनी

मृत्यूच्या आध्यात्मिक पैलूविषयी प्रशिक्षण द्यायला सुरुवात केली आहे.

आज परिस्थिती अशी आहे की, सुदैवानं जर कोणाला मृत्युपश्चात अनुभव मिळाला तर तो लोकांना सांगितल्यावर त्यांना लोकांच्या तिरस्काराला किंवा हेटाळणीला तोंड द्यावं लागत नाही. प्रस्तुत पुस्तकात नमूद केल्याप्रमाणे या अनुभवांमुळे व्यक्तीमध्ये सकारात्मक बदल घडतो. टाईप ए व्यक्तिमत्त्व आणि अतिशय रागीट स्वभाव या गोष्टी बऱ्याच वेळा हृदयविकाराच्या झटक्यांना कारणीभूत ठरतात. पण जेव्हा याच लोकांना पुनर्जीवन मिळतं, तेव्हा मृत्युपश्चात अनुभवामध्ये झालेल्या दिव्य प्रकाशाच्या दर्शनानंतर त्यांचा हा स्वभाव मवाळ झालेला दिसतो.

'द इन्टरनॅशनल असोसिएशन ऑफ नियर डेथ स्टडीज' (IANDS) ही एक मृत्युपश्चात अनुभव घेतलेल्यांना समुपदेशन करणारी आणि आधार देणारी सेवाभावी संस्था आहे. ही संस्था अशा लोकांचे मृत्युसन्निध अनुभव आणि त्यांचे संदेश सर्व लोकांपर्यंत पोहोचवून पूर्ण समाजाचे रूपांतरण करण्यासाठी कार्यरत आहे. या संस्थेत या विषयावर संशोधनही केलं जातं. शिवाय इतरांनाही संशोधनासाठी प्रोत्साहन दिलं जातं. IANDSच्या अमेरिकेत आणि जगभरात शेकडो शाखा असून या संस्थेच्या स्थापनेला पुन्हा एकदा डॉ. मूडी आणि त्यांचं 'मृत्यूनंतरचे जीवन' (लाईफ आफ्टर लाईफ) हे पुस्तकच कारणीभूत ठरलं आहे.

रेमंड मूडी हे गेल्या पंचवीस वर्षांतलं या क्षेत्रातलं एक आघाडीचं नाव आहे. त्यांच्यासारखे असामान्य, बहुमोल योगदान देणारे शास्त्रज्ञ अशा प्रकारचा बहुमान प्राप्त झाल्यावर बहुधा उर्वरित आयुष्य आराम करत, स्वतःचं कार्य सुधारणं आणि त्याचा गवगवा करणं यांतच व्यतीत करतात. पण लासवेगास येथील नेवाडा विद्यापीठाचा 'बिगेलो चेअर ऑफ कॉन्शसनेस स्टडीज' हा उचित सन्मान मिळूनही डॉ. मूडी स्वतःचं कार्य तर नव्यानं सुधारतातच पण तरुण पदवीधरांना आणि नव्या अभ्यासकांना मृत्युपश्चात अनुभव आणि मृत्यूनंतरचे जीवन याबद्दल शास्त्रीय माहितीचं अध्यापन करतात.

'मृत्यूनंतरचे जीवन' (लाईफ आफ्टर लाईफ) या पुस्तकानंतर डॉ. मूडींची कारकीर्द सातत्याने देहभान, चैतन्य यांविषयीच्या अभ्यासातील

संशोधनावरच केंद्रित झाली. ते शास्त्रीय संशोधनाच्या सीमारेषेवरच असतात आणि या क्षेत्रात ते कायम आपल्यापेक्षा पंचवीस वर्षं पुढेच असतात.

१९९५ मध्ये त्यांनी प्रत्यक्ष मृत्यूच्या जवळ न जाता, मृत्युपश्चात अनुभव घेता येईल, असं एक तंत्रज्ञान विकसित केलं आहे. आपल्या मृत नातेवाइकांशी आणि प्रियजनांशी संपर्क करता यावा, यासाठी ते या तंत्रज्ञानाचा वापर करतात.

प्राचीन ग्रीसमध्ये मृत्युपश्चात अनुभवाचे मूळ शोधत असताना डॉ. मूडींना प्राचीन ग्रीक वैद्यकीय उपचारांचा भाग असलेल्या 'सायकोमॅन्टम' नामक ध्यानकक्षांचा शोध लागला. यांचा यशस्वीरीत्या ग्रीक वैद्य वापर करत होते. यानंतर डॉ. मूडींनी त्यांचे स्वतःचे 'मनाचा मंच' (Theater of Mind) या नावाने आधुनिक सायकोमॅन्टम सुरू केले असून शेकडो रुग्णांसाठी यशस्वीरीत्या वापरले आहे. अशा तऱ्हेची साधारण बारा विचारकेंद्रे अमेरिकेत कार्यरत आहेत. रशियन शास्त्रज्ञ इव्हान दमीत्रिव यांनी सुद्धा स्वतंत्ररीत्या सायकोमॅन्टियम शोधून काढले आहे. शरीराबाहेरील अनुभव आणि पूर्वजन्मातील अनुभवाचा परिचय करून देण्यासाठी रशियन मानसशास्त्रज्ञ ओल्गा खैरीटीडी यांनी ते वापरले आहे.

सायकोमॅन्टियमच्या पुनर्शोधानंतर डॉ. मूडी मृत्युपश्चात अनुभवाची व्याप्ती आपल्या दैनंदिन आयुष्यात वाढवण्याचा मार्ग शोधत आहेत. एकदा त्यांनी मला विचारलं होतं, ''इतका सुंदर, स्थित्यंतर करणारा अनुभव घेण्यासाठी मरेपर्यंत वाट कशाला पाहायची?''

ते सध्या हा अनुभव देणाऱ्या शास्त्रीय ध्यानाच्या पद्धतींवर कार्य करत आहेत. यासाठी सायकोमॅन्टियममधील विशेष उपकरणांची गरज लागणार नाही. आध्यात्मिक अनुभवांना समजून घेण्याच्या, जाणण्याच्या त्यांच्या या सध्याच्या संशोधनाच्या कार्याला नेहमीच विनोदी वृत्तीचा स्पर्श असतो.

व्यक्तिगत रीत्या सांगायचं झालं तर मृत्युसन्निध अनुभवांच्या संशोधनात मी जे काही केलं आहे, त्या सर्वांसाठी डॉ. मूडी प्रत्यक्ष जबाबदार आहेत. वॉशिंग्टन विद्यापीठात मी मेंदूविषयी संशोधनात फेलोशिप करत असताना डॉ. मूडी मला सर्वांत प्रथम भेटले. सुरुवातीला कॅन्सरविरोधी औषधं आणि

किरणोत्साराचा मेंदूवरील परिणाम याविषयात मला रस होता. तातडीच्या औषधोपचाराचा डॉक्टर म्हणून काम करत असताना मुलांच्या मृत्युसन्निध अनुभवांवर आधारित एक लेख मी नुकताच प्रकाशित केला होता.

सिएटल चिल्ड्रेन्स हॉस्पिटलमधल्या आमच्या संशोधकांच्या टीमला हा विषय मनोरंजक वाटला. आमच्या नेहमीच्या वैद्यकीय कारकिर्दीपेक्षा हा एक वेगळ्या विषयावर प्रकाश टाकणारा प्रकार होता. मला खरंतर फार काळ यात काम करायचं नव्हतं. माझ्या बायोडेटावर चांगला प्रभाव टाकणारा हा लेख असेल, या आशेनं मी या विषयावर काम केलं. तेव्हा हा विषय मला उत्साहवर्धक वाटत होता पण त्याचबरोबर हा फार महत्त्वाचा सिद्ध होणार नाही असंही वाटायचं.

पण डॉ. मूडींशी माझी भेट झाली आणि सगळंच बदललं. त्यांनी माझे मुलांच्या मृत्युसन्निध अनुभवांबद्दलचे लेख वाचले होते आणि त्यांनी मला भेटायचं ठरवलं. आम्ही सलग तीन दिवस अखंड मृत्युपश्चात अनुभवांबद्दलच बोलत होतो. मला स्पष्ट आठवतंय, एका अत्यंत जखमी रुग्णाला वाचवण्यासाठी मला हॉस्पिटलमधून तातडीने बोलावलं होतं. डॉ. मूडीही माझ्याबरोबर आले. रुग्णावर उपचार करण्याच्या प्रक्रियेत जेव्हा जेव्हा आम्हाला थोडा मोकळा वेळ मिळायचा, तेव्हा आम्ही याच विषयावर बोलायचो. त्यानंतर घरी येतानाही आम्ही सातत्याने याच विषयावर बोलत होतो.

या अनुभवांचा आणि त्या अन्वयाने मानवाच्या चैतन्याला जाणून घेण्याचा प्रयत्न करण्यासाठी त्यांनी मला उद्युक्त केलं. हा विषय गांभीर्यानं घेण्याचं त्यांनी सुचवलं. मृत्यूच्या वेळी कोमाच्या जवळपास असलेला मेंदू शुद्धीत असू शकतो, भोवतालच्या वातावरणाची त्याला जाणीव असू शकते. त्याचबरोबर तो इतर आध्यात्मिक अस्तित्वांच्या सुद्धा संपर्कात असू शकतो, ही माहिती, मानवी मेंदू कसं काम करतो, हे समजून घेण्यासाठी अतिशय महत्त्वाची सिद्ध होणार होती. डॉ. मूडींनी माझ्या मृत्युपश्चात अनुभवातील संशोधनामुळे मी तेव्हा करत असलेल्या कॅन्सरच्या संशोधनामध्ये नाव मिळवण्याऐवजी मेंदुशास्त्रज्ञ (Neuroscientist) म्हणून प्रतिष्ठा मिळवू शकेन, असं भाकित वर्तवलं.

जोसेफ कॅम्पबेल यांच्या मते, मृत्यूची छबी म्हणजे कल्पित पुराणकथांची सुरुवात. याच पुराणकथा आपल्याला जिवंत लोकांच्या समाजाचा भाग बनवतात आणि आपल्या आधी येऊन गेलेल्या लोकांचे वारसही बनवतात. हा वारसा आपण गेल्यावरही असाच पुढे जात राहणार आहे. याच पुराणकथा मनुष्याच्या जीवनाला अर्थ देतात आणि याच मृत्यूसारख्या विषयांचे स्पष्टीकरणही देतात, जे अन्य इतर मार्गांनी मिळणं शक्य नाही.

आधुनिक जगानं हजारो वर्षांपासून चालत आलेल्या मृत्यू आणि समाज यांच्यातील नात्याचा त्याग केला आहे. सध्याच्या अंत्यसंस्कारांमध्येही हे दिसून येतं. साधारण शंभर वर्षांपूर्वीपासून मृतदेहाला अयोग्य रीतीनं सजवणं, सुगंधित करणं असे अनावश्यक प्रकार सुरू झाले. आपला परस्परांशी असलेल्या संबंधांचा अभाव आणि सगळ्यांनीच आयुष्याचा अर्थ समजून घेण्याची कमतरता समाजाला ग्रासते आहे. निर्वासित जगणं, निराशा, व्यसनाधीनता, दारू, रस्त्यावरचे उद्रेक, क्रौर्य, हिंसा या सर्वांचं मूळ आध्यात्मिक ज्ञानाच्या अभावातच आहे.

रेमंड मूडींचं हे पुस्तक आपल्याला मृत्यूबद्दलच्या कालातीत ज्ञानाची पुन्हा जाणीव करून देतं. मृत्यूच्या प्रक्रियेत आपण फक्त मरतो असं नाही, तर मृत्यू ही त्याही पुढची खूप गुंतागुंतीची अशी प्रक्रिया आहे. मृत्यूच्या या प्रक्रियेत आपण जागरूक असतो आणि ही जागरूकता वाढत जाते. याच अवस्थेत आपल्याला आयुष्याची एक मोठी समज मिळते. मृत्युपश्चात अनुभव समजून घेतल्यानं आपण आदिवासी गुरूंचं ज्ञान, तिबेटियन ग्रंथातील ज्ञान आणि जगातल्या महान धर्मांच्या शुद्ध ज्ञानाशी जोडले जातो.

डॉ. मूडींचं हे पुस्तक आपल्याला स्वतःच्याच सुप्त मनातल्या आध्यात्मिकतेची नव्यानं ओळख करून देतं. आपलं आयुष्य जाणून घेण्यासाठी जणू ते सामग्री पुरवतं. हे एक कालातीत पुस्तक आहे. ते पंचवीस वर्षांपूर्वी जितकं आधारभूत होतं, तितकंच इथून पुढे पंचवीस वर्षांनीही असेल.

– **मेल्विन मोर्स**, एम.डी.

उपोद्घात

मला डॉ. मूडींच्या 'मृत्यूनंतरचे जीवन' (लाईफ आफ्टर लाईफ) पुस्तकाचं प्रकाशनपूर्व वाचन करायची संधी मिळाली, त्याबद्दल मी स्वतःला भाग्यवान समजते. या तरुण विद्वान संशोधकानं त्याचं संशोधन सर्वांपुढे आणण्याचं धैर्य दाखवलं, याचा मला विशेष आनंद आहे.

मी गेली वीस वर्षं मरणासन्न रुग्णांसोबत काम करत असल्यानं वारंवार माझा 'मृत्यू' याविषयाशी संबंध येतो. मृत्यूच्या प्रक्रियेबाबत आपण बरंच काही शिकलो आहोत, पण तरीही कित्येक प्रश्न अनुत्तरितच राहतात. मृत्यूचा नेमका क्षण कोणता आणि वैद्यकीय दृष्ट्या मृत घोषित केलेल्या व्यक्तीला काय अनुभव येतो, याबाबत आपण अजूनही अनभिज्ञच आहोत.

डॉ. मूडींच्या पुस्तकात सांगितलेल्या संशोधनामुळे या विषयावर प्रकाश पडेल आणि हजारो वर्षांपूर्वी जे ज्ञान आपल्याला दिलं होतं, त्याची खात्री पटेल. मृत्यूनंतरही जीवन आहे, हे ज्ञान आपल्याला मृत्यूविषयी सजग करेल.

डॉ. मूडींनी प्रत्यक्ष मृत्यूचा अभ्यास केला नसला तरी त्यांच्या संशोधनातून मृत घोषित केलेल्या व्यक्तीला सभोवतालची जाणीव असते, हे सिद्ध होतंय. त्यांचं हे संशोधन मी केलेल्या संशोधनाशी मिळतं-जुळतं आहे. माझ्या वैद्यकीय व्यवसायात मी अनेकवेळा एखादा माणूस मृत होऊन अनपेक्षित रीत्या पुन्हा जिवंत झाल्याचे पाहिलं आहे. अगदी सुसंस्कृत, उच्चविद्याविभूषित, ज्ञानी डॉक्टरांनाही या घटनांनी अचंबित केलं आहे.

या सगळ्या रुग्णांनी मृत्यूच्या छायेत असताना स्वतःच्या शरीराबाहेर तरंगत असल्याचं आणि परम शांती आणि एकात्मियता जाणवल्याचं सांगितलं आहे. बऱ्याच जणांना काही लोक दिसले, ज्यांनी या लोकांना अस्तित्वाच्या दुसऱ्या पातळीवर जाताना मदत केली. त्यांचं आधीच मृत

झालेल्या जवळच्या नातेवाइकांनी स्वागत केलं किंवा त्यांच्या धार्मिक विश्वासानुसार त्यांना न्यायला त्यांचा ईश्वर आला होता. मी माझं संशोधन लिखित स्वरूपात मांडण्याच्या सुमारास डॉ. मूडींचं हे पुस्तक मला खूप उपयुक्त ठरणार आहे.

डॉ. मूडींना आता खूप मोठ्या टीकेला तोंड द्यायची तयारी करायला हवी. विशेषतः दोन क्षेत्रांतून त्यांना विरोध होण्याची शक्यता आहे. निर्बंध असलेल्या गोष्टींवर संशोधन केल्यामुळे धर्मगुरू नाराज होऊ शकतात. नामांकित चर्चच्या काही धार्मिक प्रतिनिधींनी अशा प्रकारच्या अभ्यासावर आधीच टीका करायला सुरुवात केली आहे. एका पाद्रीने याला 'सेलिंग चीप ग्रेस' अशा प्रकारे संबोधलं, तर इतरांना फक्त मृत्युपश्चात जीवन हा धार्मिक अंधश्रद्धेचा भाग राहावा, त्याबद्दल शंका घेऊ नये, असं वाटलं.

मूडींना विरोध करणारा दुसरा गट हा डॉक्टर्स आणि शास्त्रज्ञांचा असेल. त्या सर्व बुद्धिवादी लोकांना हा विषय अशास्त्रीय वाटण्याची शक्यता आहे. सध्याचा काळ हा बदलाचा आहे असं मला वाटतं. आपण सतत नवनवी दारे उघडून नव्या कल्पनांचं स्वागत करायला हवं. आपली आत्ताची शास्त्रीय साधनं या संशोधनासाठी अपुरी आहेत, हेही मान्य करायला हवं. हे पुस्तक खुल्या मनाच्या लोकांसाठी विचारांचं दालन खुलं करेल आणि त्यांना नव्या विषयात संशोधन करण्याची उमेद आणि धैर्य देईल, अशी मला खात्री वाटते. हे पुस्तक एका प्रामाणिक आणि गांभीर्यानं काम करणाऱ्या व्यक्तीनं लिहिलेलं असल्यानं लोकांच्या विश्वासाला पात्र ठरेल.

या पुस्तकाला माझ्या स्वतःच्या संशोधनाची, इतर गंभीर विचारांच्या शास्त्रज्ञांच्या अभ्यासाची आणि विज्ञानाच्या मतांची पुष्टी मिळाली आहे. इतकंच नव्हे, तर जे धर्मगुरू फक्त विश्वास ठेवण्यापेक्षा जाणून घ्यायला जास्त महत्त्व देतात आणि नव्या संशोधनात रस घेण्याचं धाडस दाखवतात, त्यांचाही पाठिंबा मिळाला आहे.

खुल्या मनाच्या प्रत्येकानं हे पुस्तक वाचायलाच हवं. डॉ. मूडींनी धाडस दाखवून हे पुस्तक प्रकाशित केलं त्याबद्दल त्यांचं अभिनंदन!

एलिझाबेथ कुबलर रॉस, एम.डी.

फ्लॉसमूर इलिनॉस.

परिचय

मी हे पुस्तक लिहिताना माझ्या उद्दिष्टांशी पूर्णपणे प्रामाणिक राहिलो असलो तरीही माझी पार्श्वभूमी, मतं आणि पूर्वग्रह या पुस्तकात प्रतीत होऊ शकतात, कारण शेवटी हे पुस्तक एका मनुष्यानेच लिहिलं आहे. म्हणूनच पुस्तकात पुढे येणाऱ्या काही विलक्षण गोष्टी वाचताना वाचकाला माझ्याबद्दल थोडी माहिती जाणून घेणं नक्कीच उपयोगी ठरेल.

माझ्याविषयी सर्वांत पहिली गोष्ट म्हणजे मी कधीही मृत्यूच्या समीप गेलेलो नाही. त्यामुळे मी इथे माझा स्वतःचा अनुभव सांगत नाहीये. या पार्श्वभूमीवर मी संपूर्ण सत्य सांगत असल्याचा दावासुद्धा करू शकत नाही. पण तरीही या पुस्तकात, या संशोधनात मी मनापासून गुंतलो. अनेक लोकांचे विलक्षण अनुभव ऐकता ऐकता मला असं वाटायला लागलं, की त्या सगळ्या माझ्याच जीवनात घडलेल्या, मी अनुभवलेल्या गोष्टी आहेत. पण माझा हा दृष्टिकोन आणि माझी सदसद्विवेकबुद्धी कधीही उद्दिष्टाच्या आड आलेली नाही असं मला वाटतं.

दुसरं म्हणजे, अद्भुत, गूढ अशा संकल्पनांवर आधारित साहित्याशी मी फारसा परिचित नाही. हे सांगून मला अशा गोष्टींना कमी लेखायचं नाही. मला तर असंही वाटतं की या साहित्याची मला थोडी जास्त ओळख असती तर कदाचित मी ज्या घटना अभ्यासल्या, त्या समजून घेणं जास्त सोपं गेलं असतं. खरं म्हणजे यापैकी काही पुस्तकं मी वाचायला हवीत असं आता वाटतंय. जेणेकरून माझ्या संशोधनात आणि इतरांच्या अभ्यासात किती आणि कसा फरक आहे, ते तरी कळेल.

तिसरी गोष्ट म्हणजे माझी धार्मिक जडणघडण. माझ्या घरचे लोक प्रेबिस्टेरियन चर्चशी निगडित होते, पण माझ्या आईवडिलांनी त्यांच्या

धार्मिक संकल्पना आम्हा भावंडांवर कधीही लादल्या नाहीत. मला ज्या गोष्टी करण्याची आवड होती, त्यात प्रोत्साहन देण्याचा, त्यातली संधी मिळवून देण्याचा त्यांनी प्रयत्न केला. त्यामुळे आध्यात्मिक, धार्मिक मतं, उपदेश आणि प्रश्न यांच्याशी संबंधित असूनही मी ठराविक साच्यातला धार्मिक झालो नाही. माझा असा विश्वास आहे की मानवनिर्मित जगातील सर्व धर्म आपल्याला सत्याबाबत अनेक गोष्टी सांगतात. आणि या खोल आणि मूलभूत सत्याबद्दल आपल्यापैकी कोणाहीकडे त्याची समर्पक उत्तरं नाहीत. जन्मानुसार मी ख्रिस्ती धर्माचा अनुयायी, मेथॉडिस्ट चर्चचा सदस्य आहे.

चौथी गोष्ट म्हणजे, माझी शैक्षणिक आणि व्यावसायिक पार्श्वभूमी गुंतागुंतीची आहे. मी १९६९ साली व्हर्जिनिया विद्यापीठातून 'तत्त्वज्ञान' या विषयात डॉक्टरेट (पीएच.डी.) मिळवली. भाषा, नीतिशास्त्र आणि तर्कशास्त्र यांतील तत्त्वज्ञान हे माझ्या विशेष आवडीचे विषय आहेत. पूर्वोत्तर कॅरोलिनामधील विद्यापीठात तीन वर्षे तत्त्वज्ञान हा विषय शिकवल्यानंतर मला वैद्यकीय महाविद्यालयात जाऊन मानसशास्त्राचा अभ्यास करावासा वाटला. त्यानंतर मी वैद्यकीय महाविद्यालयात औषधशास्त्राचं तत्त्वज्ञान शिकवलं. अशा सगळ्या विविध अनुभव आणि आवडींचा मला माझ्या या अभ्यासाची रूपरेषा ठरवायला उपयोग झाला.

हे पुस्तक एका अशा मृत्यूच्या संकल्पनेकडे लोकांचं लक्ष वेधून घेईल, जी दूरवर पसरलेली असूनही गुपित आहे. त्याचबरोबर या संकल्पनेला सामोरं जाऊन स्वीकार करण्याची मानसिकता लोकांमध्ये रुजवायला निश्चितच मदत करेल, अशी मला आशा आहे. माझी अशी ठाम खात्री आहे, की ही संकल्पना अभ्यासाच्या आणि संशोधनाच्या अनेक क्षेत्रांमध्ये, विशेषतः मानसशास्त्र, मानसोपचार, औषधशास्त्र, तत्त्वज्ञान, धर्मशास्त्र आणि राजकारण, इतकंच नव्हे तर आपल्या दैनंदिन आयुष्यातही अत्यंत महत्त्वपूर्ण असून उपयुक्त आहे.

प्रथम मला हे स्पष्ट करायचं आहे, की मी मृत्यूनंतर जीवन आहे; हे सिद्ध करण्याचा येथे प्रयत्न करत नाही. याबाबत अधिक स्पष्टीकरण

नंतर येईलच. खरंतर मला असं वाटतं, मृत्यूनंतरच्या जीवनाचा पुरावा देणं सध्यातरी शक्य नाही, याच कारणामुळे मी इथे सांगितलेल्या घटनांचा तपशील तसाच ठेवला असला तरी त्यातील सर्वांची नावं आणि त्यांची ओळख देण्याचं टाळलं आहे. संबंधित व्यक्तींचं खाजगी जीवन जपण्याकरिता हे आवश्यक होतं. बऱ्याच घटनांमध्ये याच अटीवर त्यांचे अनुभव प्रसिद्ध करण्याची रीतसर परवानगी त्यांनी मला दिली. त्यामुळे त्यांची नावं उघड करणं उचित ठरलं नसतं.

या पुस्तकात जे प्रतिपादन केलं आहे, ते काही लोकांना अतिशय अनमोल वाटेल तर काहीजण ते झिडकारतीलही. या दुसऱ्या गटातल्या लोकांना दोष देण्याचा मला काहीच अधिकार नाही. कारण काही वर्षांपूर्वी मी सुद्धा याबाबत अशीच प्रतिक्रिया दिली असती. केवळ माझ्या अखत्यारीतल्या या पुस्तकातल्या गोष्टींवर विश्वास ठेवून त्यांचा स्वीकार करावा, असं मी कोणालाही सांगणार नाही.

फक्त लेखकानं लिहिलंय म्हणून त्याच्या मतांवर विश्वास ठेवण्याचा सल्ला मी एक तर्कशास्त्रज्ञ म्हणून मुळीच देणार नाही, तर अशा लोकांना मी फक्त एवढेच सांगेन, की या विषयावर आणि अशा घटनांबद्दल तुम्ही तुमच्याच आसपास थोडी चौकशी करा. मी हे आवाहन वारंवार केलं आहे. ज्यांनी हे स्वीकारलं, त्यापैकी बरेच लोक जे सुरुवातीला संशयी वृत्तीनं माझ्या म्हणण्याचं खंडन करत होते, तेच या विषयाच्या सत्यतेबद्दल आश्चर्य व्यक्त करत माझ्याकडे परतले.

दुसऱ्या बाजूला अनेक लोक असेही होते, की ज्यांना कोणतीही शंका नव्हती आणि या घटना वाचल्यानंतर आपल्यासारखाच अनुभव असणारे आपण एकटेच नाही तर अनेकजण आहेत, हे वाचून त्यांना मोठं समाधान मिळालं. ज्यांनी आपले असे अनुभव कोणालाही न सांगता मनातच ठेवले किंवा काही अगदी विश्वासू व्यक्तींनाच सांगितले असतील, त्यांना तर हे पुस्तक वाचून आपले अनुभव अधिकाधिक लोकांना सांगण्याची प्रेरणा मिळेल. ज्यामुळे मानवी आत्म्याच्या गूढ रूपाचं स्पष्टीकरण मिळण्यास मदत होईल.

प्रकरण १
मृत्यू म्हणजे नेमकं काय?

'मृत्यू म्हणजे नेमकं काय?' मानवाच्या पृथ्वीवरील अस्तित्वापासूनच हा प्रश्न संपूर्ण मानवजातीला भेडसावत आहे. गेल्या काही वर्षांमध्ये मी हा प्रश्न अनेक लोकांसमोर मांडला. हे सगळे लोक समाजाच्या विविध स्तरातले होते. मानसशास्त्र, तत्त्वज्ञान, समाजशास्त्र या विषयांचे अभ्यासक, चर्चसारख्या धार्मिक संस्थांचे सदस्य, टेलिव्हिजनचे प्रेक्षक, सामाजिक मंडळांचे सभासद, वैद्यकीय क्षेत्रातील व्यावसायिक अशा अनेक लोकांशी या विषयावर बोलण्याची संधी मला मिळाली. इतक्या सगळ्यांशी बोलल्यावर मला जाणवलं, प्रत्येक माणूस, मग तो कोणत्याही सामाजिक, आर्थिक स्तरातला असो, या विषयामुळे उत्तेजित होतो. त्याच्या भावना हेलावून जातात.

या विषयात कितीही रस असला तरीही आपल्यापैकी अनेक जणांना मृत्यूबद्दल बोलणं कठीण जातं, हे सत्य आहे. याची निदान दोन तरी कारणं आहेत. त्यांपैकी एक म्हणजे मानसिक आणि सांस्कृतिक विचारसरणी, कारण इथे मृत्यू हा विषय निषिद्ध मानला जातो. मृत्यूचा प्रत्यक्ष किंवा अप्रत्यक्ष रीतीने संबंध येताना आपल्याला जणू आपण साक्षात मृत्यूसमोरच उभे आहोत, असं वाटतं. अशावेळी आपल्याला स्वतःच्या मृत्यूची त्याक्षणी तीव्र जाणीव होते आणि आपण मृत्यूचाच जास्त विचार करू लागतो. उदाहरणार्थ, वैद्यकीय शाखेच्या विद्यार्थ्यांना - त्यात मी सुद्धा आलो - जेव्हा शरीरशास्त्राच्या प्रयोगशाळेत प्रथमच मृतदेह पाहायची वेळ येते, तेव्हा प्रचंड अस्वस्थ वाटतं. मला हा प्रसंग आठवतो, त्यावेळी असंच वाटतं, की ते ज्या कोणा व्यक्तीचे मृतावशेष होते, त्याच्याशी माझा खरंतर काहीच संबंध नव्हता, तरीही मला अस्वस्थ का वाटलं? जणू मी टेबलावर माझ्याच मृत्यूचं प्रतीक पाहत होतो. आपलंही पुढे असंच होणार,

हा विचारही माझ्या मनात क्षणभर डोकावून गेला असणार.

त्याचप्रमाणे मृत्यूबद्दल बोलणं म्हणजे मानसिक पातळीवर अप्रत्यक्ष रीत्या मृत्यूच्या जवळ जाणे, असंही लोकांना वाटतं. बऱ्याच जणांना तर असंही वाटतं की मृत्यूविषयी बोलल्यानं स्वतःच्या न टाळता येणाऱ्या मृत्यूला कधी ना कधी सामोरं जावंच लागणार आहे, ही भावना जागृत होते. हा सगळा मानसिक त्रास टाळण्यासाठी मग आपण मृत्यूबद्दल बोलणं शक्यतो टाळतोच.

मृत्यूबद्दल बोलणं अवघड असल्याचं दुसरं कारण म्हणजे भाषेची अडचण. जगभरात सर्वत्र माणूस आपल्या शरीरानं अनुभवलेल्या गोष्टींचाच अनुभव सांगतो. पण मृत्यूबाबत तसं नाही. आपल्यापैकी बऱ्याच लोकांना यातला काहीच अनुभव नसतो. त्यामुळे मृत्यू ही संकल्पना आपल्या जाणिवेच्या पलीकडची आहे.

आपल्याला मृत्यूबद्दल बोलायचंच असेल तर सामाजिक निषिद्धता आणि आपल्या अनुभवातून आलेला भाषेचा अडसर दूर करायला हवा. आपण मृत्यूची तुलना नेहमी आपल्या आयुष्यात अनुभवलेल्या चांगल्या अनुभवांशीच करतो.

बऱ्याच वेळा मृत्यूची तुलना ही झोपेशी केली जाते. 'मृत्यू म्हणजे कायमस्वरूपी झोपणं' अशी आपण समजूत घालतो. अशा तऱ्हेची वाक्यं रोजच्या आयुष्यातच नव्हे तर जगभरातल्या सगळ्या भाषांमधल्या आणि वेगवेगळ्या काळातल्या साहित्यकृतींमध्येही आढळतात. प्राचीन ग्रीक काळात हे जास्त प्रमाणात दिसून येतं. उदाहरणार्थ, 'इलियड'मध्ये होमरने झोपेला 'मृत्यूची बहीण' संबोधलं आहे. प्लेटोने 'द अपॉलोजी' या त्यांच्या संवादात, ॲथेनियन न्यायव्यवस्थेनं जेव्हा सॉक्रेटिसला मृत्युदंड ठोठावला तेव्हा त्यांच्या तोंडी पुढीलप्रमाणे शब्द ठेवले.

> 'जर मृत्यू ही स्वप्नविरहित झोप असेल तर ती अद्‌भुत देणगीच म्हणायला हवी. एखाद्याला अशी शांत, निश्चल झोप लाभली असेल आणि त्याला जर विचारलं, की तुझ्या इतर

दिवसांपेक्षा ही रात्र कशी वाटली, या रात्रीपेक्षा किती दिवस आणि रात्री तू आनंदात घालवल्यास, तर मला वाटतं, ही शांत झोपेची रात्र जास्त आनंदाची होती, हे कोणीही मान्य करेल. अशा रात्री फार कमी मिळतात. मग जर मृत्यू अशाच रात्रीप्रमाणे असेल तर मी त्याला वरदानच म्हणेन. कारण संपूर्ण आयुष्याचा विचार केला तर मृत्यू हा त्या रात्रीसारखाच मानावा लागेल.'

अशीच तुलना आपल्या आजच्या आधुनिक भाषेतही केलेली दिसते. आता हाच वाक्प्रचार बघा. 'एखाद्याला झोपवून टाकणं', जेव्हा तुम्ही तुमच्या कुत्र्याला पशुवैद्याकडे नेता, तेव्हा असं म्हणू शकता, पण जेव्हा घरातल्या एखाद्या व्यक्तीला डॉक्टरकडे – अगदी भूलतज्ज्ञाकडे नेता, तेव्हा अशी भाषा वापरता का? नक्कीच नाही. काही लोक मरणाला विस्मरणाची उपमा देतात. त्यांच्या मते मरणाऱ्या माणसाला त्याच्या आयुष्यातील कडूगोड आठवणी, कलह आणि त्रासाचा विसर पडतो.

'झोप' आणि 'विस्मरण' ही मृत्युसदृश असल्याची संकल्पना कितीही जुनी आणि प्रसिद्ध झालेली असली, तरी ती अपुरी आहे. निदान आपलं समाधान तरी त्यामुळे होऊ शकत नाही. झोप आणि विस्मरण दोन्ही गोष्टींचं प्रतिपादन वेगळ्या तऱ्हेनं करतात, इतकंच! दोन्ही मतप्रवाह शेवटी हेच सांगतात, की आपण शुद्धीवर असताना घेतलेल्या अनुभवांचा कायमस्वरूपी नाश होणं म्हणजे मृत्यू. असं असेल तर मृत्यू झोपेची किंवा विस्मरणाची कोणतीही आकर्षक वाटणारी वैशिष्ट्यं दाखवत नाही, हे कसे ते पाहू.

झोप हा एक सकारात्मक, हवाहवासा वाटणारा अनुभव आहे. कारण त्यानंतर पुन्हा जाग येणार असते. रात्रीच्या विश्रांती देणाऱ्या गाढ झोपेनंतर येणारी सकाळ प्रसन्न, उत्साही आणि आनंददायी वाटते. जाग आलीच नाही तर झोपेचा फायदा कसा मिळणार? त्याचप्रमाणे मृत्यूची विस्मरणाशी होणारी तुलना लक्षात घेता, सर्व स्मृती आणि अनुभवांचा नाश होताना वाईट आठवणींसोबतच चांगल्या आनंददायी आठवणीही नष्ट होणार.

या विश्लेषणातून मृत्यूची झोप आणि विस्मरणाबरोबरची तुलना करून आपल्याला खरं समाधान मिळण्याची आशा फोल ठरते.

मृत्यू हा सर्व जाणिवांचा नाश करणारा आहे. या कल्पनेला नाकारणारा आणखी एक दृष्टिकोन आहे. हा दृष्टिकोन म्हणजे प्राचीन परंपरा असं सांगते, की शारीरिक मृत्यूनंतरही माणसाची काहीतरी गोष्ट मागे राहते. ही कायम राहणारी गोष्ट अनेक ठिकाणी, अनेक नावांनी ओळखली जाते. कोणी त्याला 'मन' म्हणतं तर कोणी 'आत्मा', कोणी 'चैतन्य' म्हणतं तर कोणी 'स्वप्राण' तर कोणी 'स्वभान'. कोणत्याही नावानं संबोधलं तरी, शारीरिक मृत्यूनंतर जीव दुसऱ्या जीवात रूपांतरित होतो, ही कल्पना सर्व मानवजातीमध्ये रूढ आहे. तुर्कीमध्ये एक स्मशानभूमी आहे. एक लक्ष वर्षांपूर्वी निएंडरथल हा आदिमानव ती वापरत होता. तिथे असलेल्या जीवाश्मांमधून पुरातत्त्व शास्त्रज्ञांना अनेक गोष्टी आढळल्या. तिथे पुरलेल्या मृतदेहांबरोबर फुलांच्या ताट्या होत्या. बहुधा मृत्यू म्हणजे एका जगातून पुढच्या जगात जाण्यासाठीचा उत्सवच, असं त्या वेळी मानवाला वाटत असावं. जगभरातील प्राचीन स्मशानभूमी आणि दफनभूमी या मृत्यूनंतरच्या माणसाच्या अस्तित्वाच्या कल्पनेला दुजोरा देणाऱ्या जागा आहेत.

थोडक्यात, मृत्यूचं नेमकं स्वरूप काय, या आपल्या मूळ प्रश्नाला दोन परस्परविरोधी उत्तरं आपल्याला मिळाली आहेत. दोन्ही उत्तरं प्राचीन व्युत्पत्तीची असून, अजूनही कायम आहेत. काहीजण म्हणतात मृत्यू म्हणजे जाणिवेचा, अस्तित्वाचा नाश, तर काहीजण म्हणतात, मृत्यू म्हणजे आत्मा किंवा चैतन्याचा एका जगाकडून दुसऱ्या सत्य जगात जाण्याचा मार्ग. या पुस्तकात मी कोणाचंही खंडन करू इच्छित नाही. मला फक्त मी केलेल्या संशोधनाचा अहवाल द्यायचा आहे.

गेल्या काही वर्षांत मी अनेक लोकांना भेटलो. मी म्हणेन हे लोक 'मृत्यूची भेट' घेऊन आले होते. त्यांना मी वेगवेगळ्या प्रकारे भेटलो. सुरुवातीला तर अगदी योगायोगानंच. १९६५ साली मी जेव्हा व्हर्जिनिया विद्यापीठात तत्त्वज्ञानाच्या अभ्यासाचा पदवीस्नातक होतो, तेव्हा वैद्यकीय विद्यालयातील एका मानसशास्त्राच्या प्राध्यापकांना भेटलो. ते अतिशय

मायाळू आणि विनोदी स्वभावाचे होते. माझ्यावर त्यांचा फारच प्रभाव पडला. एके दिवशी त्यांच्या आयुष्यातील एक सत्य घटना ऐकून मी फारच आश्चर्यचकित झालो. त्यांनी सांगितलं, की ते मृत पावले होते. एकदा नव्हे तर दोनदा, दहा मिनिटांच्या अंतरानं. त्या मृतावस्थेतले अतिशय आश्चर्यकारक अनुभव त्यांनी सांगितले. तसेच हा अनुभव त्यांनी काही विद्यार्थ्यांनाही सांगितल्याचं समजलं. अशा अनुभवांकडे पाहण्याची माझी पूर्वपीठिका वेगळी असल्यानं मी ते अनुभव फक्त ऐकून बंद करून ठेवले, माझ्या मनातही आणि त्यांचं बोलणं ध्वनिमुद्रित केलेल्या टेपमध्येही.

काही वर्षांनी मी पीएच.डी. मिळवल्यानंतर पूर्वोत्तर कॅरोलिनामधील विद्यापीठात तत्त्वज्ञान शिकवत असताना, माझा एक विद्यार्थी प्लेटोचा 'फिएडो' हा संवाद वाचत होता. त्यात शाश्वती किंवा अमरत्व याबद्दल चर्चा होती. मी माझ्या व्याखानांमध्ये प्लेटोच्या इतर शिकवणींचा उल्लेख सातत्यानं करत असे, पण मी कधीही मृत्यूनंतरचे जीवन याविषयी बोललो नव्हतो. एकदा वर्ग संपल्यावर तो विद्यार्थी माझ्याजवळ येऊन थांबला. 'आपण अमरत्वाबद्दल बोलूया का?' असं त्यानं मला विचारलं. त्याला या विषयात रस असण्याचं कारण म्हणजे, त्याची आजी एका शस्त्रक्रियेदरम्यान मृत पावली होती आणि पुन्हा जिवंत झाली होती. तिनं यादरम्यान तिला मिळालेले अलौकिक अनुभव त्याला सांगितले. मी त्याला त्या अनुभवांबद्दल विचारलं आणि काय आश्चर्य! मी काही वर्षांपूर्वी त्या प्राध्यापकांचा जो अनुभव ऐकला होता, तशाच घटना याही अनुभवात ऐकायला मिळाल्या.

त्यावेळी मी अशा घटनांचा अभ्यास करायला थोडी थोडी सुरुवात केली आणि माझ्या तत्त्वज्ञानाच्या वर्गातही शारीरिक मृत्यूनंतरच्या माणसाच्या अस्तित्वाबद्दल बोलायला सुरुवात केली. पण मी या वरच्या दोन अनुभवांचा उल्लेख कटाक्षानं टाळला. त्यावेळी मी सावकाश चाचपून पुढे जाण्याचा मार्ग निवडला. मला जर खरंच हा विषय माझ्या तत्त्वज्ञानाच्या वर्गात शिकवायचा असेल, तर अजून काही अनुभव ऐकायला हवेत, वाचायला हवेत. मी विचार केला, हा विषय जर एवढाच सामान्य असेल तर मला या विषयावर आणखी ऐकायला मिळेल. मी माझ्या तत्त्वज्ञानाच्या वर्गामध्ये या विषयावर फक्त चर्चेला चालना दिली पाहिजे. नवल म्हणजे

जेव्हा मी हे सुरू केलं, तीस एक विद्यार्थ्यांच्या प्रत्येक वर्गात एकतरी विद्यार्थी त्याच्या माहितीत असलेला मृतावस्थेतील एखादा अनुभव सांगण्यासाठी वर्ग संपल्यावर माझ्याकडे येऊ लागला.

आश्चर्य म्हणजे हे सगळे अनुभव एकमेकांशी विलक्षण साम्य असलेले होते. खरंतर ते वेगवेगळ्या सामाजिक, आर्थिक, धार्मिक आणि शैक्षणिक पार्श्वभूमी असलेल्या लोकांकडून आले होते. मग त्यांच्यात इतकं साम्य कसं? दरम्यान १९७२ साली मी वैद्यकीय महाविद्यालयात प्रवेश घेतला. तोपर्यंत मला असे भरपूर अनुभव ऐकायला मिळाले होते आणि मी त्यांचा अभ्यास करतोय असं मी माझ्या परिचितांना सांगायला सुरुवात केली. मग माझ्या मित्रानं मला या सगळ्याचा एक अहवाल वैद्यकीय समूहाला द्यायला सांगितलं. लोकांसमोर याची भाषणं द्यायचा आग्रह त्यानं केला आणि मला पुन्हा तोच अनुभव आला. प्रत्येक भाषणानंतर कोणीना कोणी येऊन मला त्यांच्या अशा अनुभवाबाबत सांगायचा.

माझ्या या आवडीमुळे आणि अभ्यासामुळे मला बरेच लोक ओळखू लागले. डॉक्टरांनी ज्या रुग्णांना जीवदान दिलं होतं, आणि ज्यांनी असे असामान्य अनुभव सांगितले होते, त्यांना ते माझा संदर्भ देऊ लागले. वृत्तपत्रात माझ्या या अभ्यासाबद्दल लेख प्रसिद्ध झाल्यावर अनेकांनी मला पत्रातून हे अनुभव कळवले.

आत्तापर्यंत मला जवळजवळ दीडशे घटना माहिती झाल्या आहेत. या अनुभवांची तीन प्रकारांत विभागणी करता येईल.

१. डॉक्टरांनी मृत घोषित केले असताना पुनर्जीवन मिळालेल्या लोकांचे अनुभव.

२. एखाद्या अपघातात, आजारपणात किंवा शस्त्रक्रियेदरम्यान मृत्यूच्या खूप जवळ जाऊन परतलेल्या माणसांचे अनुभव.

३. काही व्यक्तींनी मृत्यू होत असताना आसपासच्या लोकांना सांगितलेले अनुभव. नंतर त्या लोकांनी मला कळवलेले अनुभव.

दीडशे घटनांमधून खूपच माहिती गोळा झाल्यामुळे मला त्यातून

निवड करावी लागली. काहीवेळा अशी निवड जाणीवपूर्वक, हेतुपुरस्सर केली. तिसऱ्या प्रकारचे अनुभव मी पूरक म्हणून घेतले आणि पहिल्या दोन प्रकारच्या अनुभवांवर लक्ष केंद्रित केलं. यामागे दोन कारणं होती, एक म्हणजे या निवडीमुळे अभ्यासासाठी नियोजन करायला योग्य तेवढीच माहिती मिळाली आणि दुसरी, महत्त्वाची गोष्ट म्हणजे हे सगळे त्यांचे स्वतःचे अनुभव होते. अशा रीतीनं निवडलेल्या साधारण पन्नास लोकांची मी अगदी सविस्तर मुलाखत घेतली. त्यांचेच अनुभव मी या संशोधन अहवालात नमूद केले आहेत. यांपैकी पहिल्या प्रकारचे अनुभव (ज्यांना डॉक्टरांनी मृत घोषित केलं होतं), जास्त नाट्यपूर्ण आहेत. दुसऱ्या प्रकारच्या अनुभवात लोकांनी मृत्यूचं नुसतं ओझरतं दर्शन घेतलं होतं.

खरोखर मी जेव्हा या चमत्काराबद्दल भाषणं दिली, तेव्हा मृत्यू या विषयानं बऱ्याच जणांना आकर्षित केलं. वृत्तपत्रात छापलेल्या बातम्या बऱ्याच वेळा असं दर्शवायच्या, की मी फक्त काही विशिष्ट लोकांच्याच मुलाखती घेतल्या आहेत.

या पुस्तकासाठी घटना निवडताना मी फक्त मृत्यू घडलेल्या घटनाच घेण्याचा मोह टाळला आहे. पहिल्या आणि दुसऱ्या प्रकारच्या घटना काही वेगवेगळ्या प्रकारच्या नाहीत, तर त्या एकमेकांशी तारतम्य ठेवतात हे पुढे स्पष्ट होईलच. जरी मृत्यूला स्पर्श करून आलेल्या लोकांचे अनुभव, मृत घोषित केलेल्या लोकांप्रमाणेच असले; तरी भोवतीच्या घडामोडी, माणसे आणि हा अनुभव सांगणाऱ्या व्यक्तींमध्ये बरीच तफावत होती. हा फरक पुरेसा जाणवेल असेच अनुभव या पुस्तकात घेण्याचा मी प्रयत्न केला आहे.

हे सगळं विवेचन मनात धरून आता आपल्या मुख्य विषयाकडे वळू. मरताना काय होऊ शकतं, याबद्दल मला जसं आणि जितकं संशोधन करता आलं आहे, ते मी मांडण्याचा प्रयत्न करत आहे.

प्रकरण २
मृत्यूचा अनुभव

मृत्यूचा जवळून अनुभव घेतलेल्या व्यक्ती आणि अशा घटना घडल्या तेव्हाची परिस्थिती यांमध्ये खूप मोठ्या प्रमाणात विविधता असली तरी त्यांच्या या अनुभवात मात्र लक्षणीय साम्य दिसून आलं. खरं म्हणजे मी संकलित केलेल्या या निवेदनातून वेगवेगळ्या घटनांमध्ये इतकं साम्य आहे, की जवळजवळ पंधरा मुद्दे तुम्हाला पुन्हा पुन्हा आलेले दिसतील. या समान मुद्द्यांच्या आधारे आता मी एक आदर्श किंवा परिपूर्ण अनुभव सांगू शकतो. या आदर्श म्हणता येईल अशा अनुभवात हे सगळे मुद्दे ज्या क्रमाने घडतात, त्याप्रमाणे दिले आहेत.

एखाद्या माणसाचा मृत्यू होताना त्याच्या शारीरिक यातनांची परिसीमा होते. तो मरण पावलाय, असं डॉक्टर जाहीर करताना तो स्वतः ऐकतो. त्याला अस्वस्थ करणारे आवाज ऐकू येऊ लागतात. मोठमोठ्या आवाजातले घंटानाद, कुजबुज, गुणगुणणे ऐकत असतानाच, तो एका अंधाऱ्या बोगद्यातून अतिशय वेगानं जातो आहे, असं त्याला जाणवतं. अचानक त्याला दिसतं, तो स्वतःच्या शरीरापासून वेगळा झाला असून तो त्याचं शरीर त्रयस्थ दृष्टीनं पाहू शकतोय. अशा तिऱ्हाईत पण सोयीच्या जागेवरून त्याला पुन्हा जिवंत करण्याचे प्रयत्न चाललेले पाहताना त्याची भावनिक उलथापालथ होत असते.

काही क्षणांतच तो स्वतःवर काबू मिळवतो आणि अशा विचित्र स्थितीला सरावतो. त्याला अजूनही देह (अस्तित्व) आहे, हे त्याच्या लक्षात येतं. पण जे शरीर तो मागे सोडून आलाय; त्यापेक्षा हा देह निराळा आहे, हेही त्याला जाणवतं.

लगेचच पुढच्या घटना घडायला लागतात. काहीजण त्याला मदत करायला पुढे येतात. त्याच्या आधीच मरण पावलेल्या नातेवाइकांचं, मित्रांचं ओझरतं दर्शन त्याला होतं. आणि त्यानं आधी कधीही न पाहिलेल्या प्रेमळ, उबदार आत्म्याचं प्रकाशरूपातलं अस्तित्व त्याच्यासमोर येतं. त्याच्या आयुष्यातल्या महत्त्वाच्या घटनांची एक अतिशय विस्तृत झलक त्याला दाखवली जाते. त्यावरून स्वतःच्या आयुष्याचं मूल्यमापन करायला त्याला सांगितलं जातं. अर्थातच नि:शब्दपणे.

एके ठिकाणी त्याला असं जाणवतं, की तो एका सीमारेषेवर पोहोचला असून इथून पुढे जायला अटकाव आहे. पृथ्वीवरचं जीवन आणि मृत्यूनंतरचं जीवन यांमधली ती मर्यादा आहे. तथापि त्याच्या मृत्यूची वेळ अजून आलेली नाही. त्याला परत पृथ्वीवर जावं लागेल, असं त्याला जाणवतं. याक्षणी तो परत जायला विरोध करू लागतो. तो अत्यंत आनंद, सुख, प्रेम आणि शांततेची अनुभूती घेत असतो. त्यामुळे पुन्हा (पहिल्यासारखं जगण्याची) पृथ्वीच्या भौतिक आयुष्यात परत जाण्याची त्याची अजिबात इच्छा नसते. पण त्याची ही इच्छा, त्याचा विरोध असतानाही तो त्याच्या शरीराशी पुन्हा एकरूप होतो आणि जिवंत होतो.

त्यानंतर हा अनुभव इतरांना सांगण्याचा तो प्रयत्न करतो, पण ते काही केल्या जमत नाही. कारण एकतर हा अपार्थिव अनुभव व्यक्त करण्यासाठी त्याच्याकडे शब्दच नसतात आणि त्यातूनही सांगायला गेलं तर लोक त्याची चेष्टा करतात. त्यामुळे तो सांगणं सोडूनच देतो. पण या अनुभवाचा त्याच्या आयुष्यावर मात्र मोठा परिणाम होतो. विशेषतः मृत्यू आणि त्याचे आयुष्याशी नाते याबद्दलचा त्याचा दृष्टिकोन बदलतो.

सर्वांत महत्त्वाचं म्हणजे हा अनुभव काही कोणा एका व्यक्तीचा

प्रातिनिधिक अनुभव नाही, हे लक्षात घ्यायला हवं. हा एक 'नमुना' अनुभव आहे. बऱ्याच घटनांमध्ये आढळून येणारा समान घटनाक्रम यात दिला आहे. एखादी व्यक्ती मरताना तिला काय अनुभव येऊ शकतो, याची साधारण प्राथमिक कल्पना यावी म्हणून मी हा अनुभव दिला आहे. हा खरा अनुभव नसून अनुभवांचा सारांश किंवा अर्क असल्यानं मी या प्रकरणात या अनुभवातील प्रत्येक टप्प्याची सोदाहरण सविस्तर माहिती देणार आहे.

तत्पूर्वी मृत्यूच्या अनुभवांबद्दलच्या माझ्या स्पष्टीकरणामधली काही तथ्यं किंवा वैशिष्ट्यं सांगायला हवीत. म्हणजे या अनुभवांबाबत एक स्पष्ट रूपरेषा आखता येईल.

१. या अनुभवांमध्ये जरी लक्षणीय साम्य आढळून आलं तरी कोणतेही दोन अनुभव एकमेकांशी तंतोतंत जुळणारे नव्हते (त्यातले काही बरेचसे समान होते तरीही).

२. प्रत्येक माणूस माझ्या नमुना अनुभवातला प्रत्येक मुद्दा सांगतोच असं मला दिसलं नाही. बऱ्याच जणांनी बऱ्याच (पंधरापैकी आठ) मुद्द्यांचा उल्लेख केला, तर काहीजणांनी जवळजवळ बारा मुद्दे सांगितले.

३. नमुना अनुभवातला एकही असा मुद्दा नव्हता, जो प्रत्येक माणसाने नमूद केला. पण त्यातले काही मुद्दे मात्र जवळजवळ सार्वत्रिक अनुभवाचा भाग होते.

४. नमुना अनुभवातला एकही मुद्दा असा नव्हता, जो फक्त एकाच व्यक्तीनं सांगितला आहे. प्रत्येक मुद्दा अनेक घटनांमध्ये आला.

५. मरणासन्न व्यक्तीच्या या अनुभवातील अवस्था मी माझ्या आदर्श नमुना अनुभवात सांगितल्यापेक्षा वेगळ्या असू शकतील. उदाहरणार्थ, बऱ्याच जणांनी, जेव्हा देह सोडला, तेव्हाच त्यांना प्रकाशमान अस्तित्वाचं (आत्म्याचं) दर्शन झालं. नमुना अनुभवाप्रमाणे काहीवेळानं नव्हे. तरीही नमुना अनुभवात दिलेल्या अवस्थांचा क्रम हा योग्य आहे आणि त्यात फार मोठा बदल संभवत नाही.

६. या गृहीतकाचा संपूर्ण अनुभव एखाद्या माणसाला कितपत घेता येईल, हे तो खरोखरीच वैद्यकीय दृष्ट्या मृत पावला आहे की नाही, यावर अवलंबून आहे, असं वाटतं. इतकंच नव्हे तर तो या अवस्थेत किती काळ होता, यावरही ते ठरत असावं. साधारणपणे पूर्णपणे मृत्यू झालेली व्यक्ती, मृत्यूच्या निकट गेलेल्या व्यक्तीपेक्षा जास्त विस्तृत अनुभव सांगते आणि जास्त काळ मृतावस्थेत असलेली व्यक्ती थोडाच काळ मृत झालेल्या व्यक्तीच्या तुलनेत या अनुभवाची जास्त खोली अनुभवते.

७. मी अशाही काहीजणांशी बोललो, ज्यांना मृत घोषित करण्यात आलं आणि ते पुनर्जीवित झाले, पण त्यांनी यांतला एकही मुद्दा अनुभवल्याचं सांगितलं नाही. ते मृतावस्थेत असतानाचं काहीच आठवत नसल्याचं त्यांनी सांगितलं.

यापेक्षाही रोचक गोष्ट म्हणजे काही जणांना एकदा नव्हे तर बऱ्याचवेळा, काही वर्षांच्या अंतराने मृत घोषित केलं होतं; पण एकदाही त्यांना यातला कोणताही अनुभव आला नसल्याचं त्यांनी सांगितलं. इतरांच्या अनुभवांनी मात्र त्यांना पूर्णपणे गुंतवून टाकलं.

८. मी मुलाखतीदरम्यान इतरांनी दिलेल्या माहिती, निवेदनं, अहवाल स्वरूपातल्या, तोंडी स्वरूपातल्या स्पष्टीकरणांबद्दलच लिहितो आहे, हे ध्यानात घ्यायला हवं. मी जेव्हा असं म्हणतो, की नमुना अनुभवात दिलेला एखादा मुद्दा एखाद्या उदाहरणात आलेला नाही; तेव्हा त्याचा अर्थ असा नाही, की त्या विशिष्ट माणसाला ती अवस्था आलीच नाही. कदाचित त्या माणसानं ते मला सांगितलं नसेल किंवा त्याला त्या अवस्थेत तसं स्पष्टपणे जाणवलं नसेल, असं असू शकतं.

आता या सगळ्या चौकटीत आपण मृत्यूसमयीच्या अनुभवातल्या समान अवस्था आणि घटना पाहू या.

अवर्णनीय

पृथ्वीवर साधारणतः आपल्या भाषेची समज आपण ज्या समान

अनुभव घेणाऱ्या मोठ्या समाजाचा भाग असतो, त्यावर अवलंबून असते. आणि हीच काहीवेळा अडचण ठरते, पुढे केलेल्या चर्चेत हे आपल्या लक्षात येईल.

मृत्युसमीप गेलेल्या लोकांच्या बाबतीत ज्या घटना घडतात, त्या आपल्या समजाच्या, अनुभवक्षेत्राच्या बाहेरच्या असतात. म्हणूनच नेमकं काय घडलं, हे सांगताना भाषेची अडचण येणं स्वाभाविक आहे. खरंतर प्रत्येकालाच हा अनुभव शब्दबद्ध करणं अवघड जातं. या अनुभवातून गेलेल्या प्रत्येक माणसानं त्याची गणना 'अवर्णनीय', 'अव्यक्त' अशीच केली आहे.

बऱ्याच लोकांनी 'मला जे काही सांगायचंय त्यासाठी शब्दच नाहीत' असं सांगितलं. कोणतंही विशेषण, कोणतीही उपमा याचं वर्णन करू शकत नाही. असंच काहीजण म्हणाले. एका महिलेनं मला हे अगदी संक्षिप्त रूपात सांगितलं, ते असं -

आता जेव्हा मी तुम्हाला सांगण्याचा प्रयत्न करतेय तेव्हा खरी अडचण अशी आहे की मला माहिती असलेले शब्द त्रिमित आहेत. जेव्हा मी विचार करते तेव्हा जाणवतं, जेव्हा आपण भूमिती शिकतो तेव्हा आपल्याला फक्त तीन मिती असल्याचं सांगितलं जातं आणि आपण ते खरं मानतो. पण नाही! ते चूक आहे. तीनापेक्षा जास्त मिती आहेत. अर्थातच आपण ज्या जगात राहतो, ते त्रिमित आहे. पण ते दुसरं जग - ते नक्कीच तसं नाही. आणि म्हणूनच ते सांगणं खूप कठीण जातंय. मला त्रिमित शब्दातच त्याचं वर्णन करावं लागतंय. मी ते अनुभवाच्या जास्तीत जास्त जवळ न्यायचा प्रयत्न करतेय पण ते पुरेसं नाही. मी तुमच्यापुढे पूर्ण दृश्य नाही उभं करू शकत.

बातमी ऐकणं

बऱ्याच लोकांनी डॉक्टर किंवा आजूबाजूच्या लोकांनी त्यांना मृत घोषित केल्याचं ऐकलं असं सांगितलं. एका महिलेचा अनुभव असा-

मी हॉस्पिटलमध्ये होते. मला नेमकं काय झालंय, हे कळत नव्हतं म्हणून डॉ. जेम्सनी मला खालच्या मजल्यावर माझ्या यकृताची तपासणी करण्यासाठी क्षकिरण तज्ज्ञांकडे (रेडिओलॉजिस्ट) पाठवलं. मला अनेक औषधांची ॲलर्जी असल्यानं त्यांनी त्या औषधांची माझ्या हातावर प्रथम चाचणी घेतली. पण काहीच प्रतिक्रिया आली नाही. त्यामुळे त्यांनी पुढे औषधोपचार चालू केले. पण यावेळी मात्र औषधाची जोरदार प्रतिक्रिया आली व मी त्याला बळी पडले आणि मेले. त्या रेडिओलॉजिस्टनं फोन फिरवलेला मी स्पष्ट ऐकला. "डॉ. जेम्स, मी तुमच्या रुग्णाला - श्रीमती मार्टिनला - मारलं," असं तो बोलला, हे सुद्धा मी ऐकलं. पण मी तर मेलेली नव्हतेच. मी तसं त्यांना सांगण्याचा खूप प्रयत्न केला. जागेवरून हलण्याचा प्रयत्न केला. पण व्यर्थ! ते जेव्हा मला जीवदान देण्याचा, पुन्हा जिवंत करण्याचा प्रयत्न करत होते, तेव्हा कशाचातरी किती डोस द्यायचा, याबद्दल बोलत होते, पण मला ना सुई टोचल्याचं जाणवलं ना त्यांचा स्पर्श जाणवला.

दुसऱ्या एका प्रसंगात, हृदयरोगाचा अनेक वेळा अनुभव घेतलेल्या बाईला पुन्हा हृदयविकाराचा झटका आला आणि तिचं हृदय धडधडायचं थांबलं. ती जवळपास मेलीच होती, ती म्हणते -

अचानक माझ्या छातीत पिळवटणाऱ्या वेदना होऊ लागल्या, जणूकाही एखाद्या लोखंडी पट्ट्यानं माझी छाती कोणीतरी करकचून आवळतंय असं वाटत होतं. मला कोसळताना पाहून माझा नवरा आणि आमचा एक मित्र धावतच माझ्याजवळ आले. मी एका काळ्याकुट्ट अंधारात होते. लांबून कुठूनतरी माझ्या नवऱ्याचा आवाज येत होता. "आता यावेळी ती गेलीय." आणि माझा विचार होता, "हो, नक्कीच."

एक तरुण माणसाच्या दुचाकीचा अपघात झाल्यावर लोकांना वाटलं, तो मेला आहे. या अवस्थेत त्या तरुण माणसानं ऐकलं, "एक बाई विचारत

होती, तो मेलाय का?" तर दुसरी व्यक्ती म्हणाली, "हो, तो मेलाय."

अशा तऱ्हेची निवेदनं किंवा माहिती तिथे उपस्थित डॉक्टर्स किंवा इतर लोकांच्या सांगण्याशी जुळते. त्यात साम्य असतं. एकदा एक डॉक्टर म्हणाले –

> *माझ्या एका पेशंटला हृदयविकाराचा झटका आला. आम्ही तिचं ऑपरेशन करणारच होतो, इतक्यात तिला झटका आला. तिचं हृदय बंद पडलं. डोळे निस्तेज झाले. आम्ही तिला जिवंत करण्याचे प्रयत्न केले पण उपयोग झाला नाही. मला वाटलं, ती आता मेलीच पण तरीही मी माझ्या सहकाऱ्याला म्हणालो, "अजून एकदा प्रयत्न करू, नाहीतर मग सोडून देऊ." आणि यावेळी मात्र तिचं हृदय पुन्हा चालू झालं, ती जिवंत झाली. नंतर तिला मी तिच्या मृतावस्थेबद्दल विचारलं, तर ती म्हणाली, "मला बाकी काही आठवत नाही, पण अजून एकदा प्रयत्न करू नाहीतर सोडून देऊ," असं तुम्ही म्हटल्याचं मी ऐकलं होतं.*

स्वस्थता आणि शांततेची भावना

NDE च्या अनुभवाच्या सुरुवातीच्या अवस्थेत अतिशय आनंद आणि शांततेची भावना जाणवते, असं बऱ्याच लोकांनी नमूद केलं. डोक्याला जबरदस्त मार लागलेल्या एका माणसात जिवंतपणाचं एकही लक्षण दिसत नव्हतं. तो म्हणाला,

> *जेव्हा मार बसला त्या क्षणाला वेदनेची एक तीव्र कळ आली पण नंतर मात्र वेदना पूर्ण नाहीशीच झाली. मला अंधाऱ्या जागेत तरंगत असल्यासारखं वाटलं. खरंतर ते खूप थंडीचे दिवस होते पण मला मात्र उबदार वाटत होतं. मी आधी कधीही अनुभवली नव्हती, अशी स्वस्थता मला मिळाली होती. मला वाटलं, मी नक्कीच मेलोय.*

हार्टअ‍ॅटॅकमधून पुन्हा जीवदान मिळालेल्या एका बाईचा

अनुभव पाहूया -

मला अतिशय आश्चर्यकारक अनुभव आला. सुख, स्वस्थता, निवांतपणा आणि शांतीशिवाय मला दुसरं काही जाणवतच नव्हतं. माझा सगळा त्रास संपला होता. मी विचार केला, किती शांत, स्वस्थ! मला काहीच दुःख नाही.

एका माणसानं सांगितलं,

मला अतिशय छान, सुंदर अशा एकांताचा आणि शांततेचा अनुभव आला. माझ्या मनातली ती शांतता.... किती सुंदर होती!

व्हिएतनाममध्ये जखमी अवस्थेत मेलेल्या माणसाला मार बसताक्षणीच जाणवलं,

मला एकदम शांत वाटलं. काही वेदना नव्हती, काही त्रास नव्हता. यापूर्वी मला इतकी स्वस्थता कधीच मिळाली नव्हती. मला खूप मोकळं मोकळं वाटलं. सगळं काही एकदम छान वाटत होतं.

आवाज

मृत्यूजवळ जात असताना किंवा प्रत्यक्ष मृत्यूच्या वेळेला असाधारण आवाजांची संवेदना जाणवल्याचा अनुभव अनेक घटनांमध्ये नमूद केला गेला. कधीकधी ते आवाज फारच त्रासदायक वाटतात. एक माणूस त्याच्या पोटाच्या शस्त्रक्रियेदरम्यान जवळजवळ चोवीस मिनिटं मृतावस्थेत होता. तो म्हणाला, 'माझ्या डोक्यातून अतिशय वाईट असा गुणगुणण्याचा आवाज येत होता. मी भयंकर अस्वस्थ झालो. मी तो आवाज कधीही विसरणार नाही.' दुसरी एक बाई सांगते, 'शुद्ध हरपत असतानाच मला घंटानाद किंवा मोठ्या प्रमाणावर कुजबूज ऐकायला येऊ लागली, ती इतकी त्रासदायक होती की मला घेरी आल्यासारखं वाटलं.'

आवाजाच्या या विचित्र प्रकाराला कोणी मोठी ठकठक म्हटलं तर

कोणी गर्जना, कोणी वाऱ्याची शीळ म्हटलं तर कोणी किणकिणाट.

पण काही घटनांमध्ये मात्र आवाजाचा प्रभाव काहीसा आनंददायी असल्याचं सांगितलं गेलं. उदाहरणार्थ, एका माणसाला हॉस्पिटलमध्ये आणल्यावर मृत ठरवलं होतं पण त्याला पुनरुज्जीवन मिळालं. त्याच्या मृतावस्थेबद्दल तो सांगतो –

लांब कुठेतरी घंटानाद होतोय आणि वाऱ्यावर त्याचा मंजूळ आवाज ऐकू येतोय असं वाटलं, त्यांचा आवाज जपानी घंटांसारखा (विंडचाईम) होता. तेवढाच ऐकल्याचं मला आठवतंय.

रक्त न गोठण्याचा विकार झालेल्या तरुण मुलीला अंतर्गत रक्तस्रावामुळे मृत्यू आला. ती सांगते, 'जेव्हा मी कोसळले तेव्हा अतिशय सुंदर, जादुई संगीत ऐकू येऊ लागलं. वेगळंच, फार सुंदर संगीत!'

अंधारा बोगदा

आवाजाच्या अनुभवाबरोबरच वारंवार आढळणारी संवेदना म्हणजे एखाद्या अंधाऱ्या जागेतून प्रचंड वेगानं ओढलं गेल्याची जाणीव. या स्थितीचं वर्णन खूप वेगवेगळ्या शब्दात केलं जातं. आता मी ऐकलेले काही शब्द पाहा – एक गुहा, विहीर, कुंड, बोगदा, निर्वात पोकळी, आवार, बंदिस्त नाला, दरी, मोकळे अवकाश, लंबवर्तुळाकार जागा इत्यादी. जरी इतकी निरनिराळी नावं घेतली तरी त्यांना एकच गोष्ट सांगायची आहे. आता बोगदा शब्दाबद्दलच्या दोन ठळक घटना पाहू.

ही घटना घडली तेव्हा मी खूप छोटा होतो – फक्त नऊ वर्षांचा. सत्तावीस वर्षांपूर्वी घडलेली ही विलक्षण गोष्ट मी कधीही विसरू शकणार नाही. एके दिवशी दुपारी मला खूप ताप आला. घरच्यांनी मला हॉस्पिटलमध्ये नेलं. डॉक्टरांनी माझ्या नाकावर कापड ठेवून मला इथर हुंगवलं. त्यांनी असं का केलं, मला समजलं नाही. मी खूप छोटा होतो. पण त्यांनी असं केलं आणि त्याक्षणी माझं हृदय बंद पडलं. अर्थात हे

मला नंतर कोणीतरी सांगितलं. त्यावेळी नेमकं काय झालं, मला कळलं नाही. पण तेव्हाच मला जो अनुभव आला, तो मी जसाच्या तसा तुम्हाला सांगतो. मला बऱ्रंग, बऱ्रंग, बऱ्रंग असा लयबद्ध आवाज ऐकू येत होता. तुम्हाला कदाचित हे भयाण वाटेल पण मी एका अंधाऱ्या जागेतून जात होतो. एखाद्या बंद भुयार किंवा बंदिस्त मोठ्या गटारीच्या पाईपसारखी ती जागा होती. मला त्याचं नीट वर्णन सांगता येत नाही. त्या संगीताच्या तालावर मी वेगात पुढे जात होतो.

दुसरी घटना –

मला एका भुलीच्या औषधाची जबरदस्त ॲलर्जी झाली. मला धाप लागली आणि माझा श्वासच बंद पडला. सगळ्यात आधी काय झालं असेल तर मी अतिशय वेगानं काळ्या अंधाऱ्या पोकळीतून जाऊ लागलो. ती साधारण बोगद्यासारखी जागा होती. मला मनोरंजन जत्रेतल्या रोलर कोस्टर ट्रेनमध्ये बसल्यासारखं वाटलं. अंधाऱ्या बोगद्यातून प्रचंड वेगाने जाणारी ट्रेन.

प्रदीर्घ आजारानंतर एका माणसाचा मृत्यू झाला. त्याचे डोळे पांढरे पडले, शरीर थंड होऊ लागलं. त्याचा अनुभव ऐका –

मी अक्षरशः एका गडद अंधाऱ्या पोकळीत होतो. खरंतर सांगणं कठीण आहे पण मी अंधारातून वेगानं त्या पोकळीत जात होतो, पण भानावर (शुद्धीवर) होतो. त्या लंबवर्तुळाकार पोकळीत हवाच नव्हती. मी कचाट्यात सापडल्यासारखा अर्धा इकडे आणि अर्धा तिकडे अशा अवस्थेत होतो.

अनेकवेळा झालेल्या अपघातामुळे आणि मोठ्या प्रमाणावर भाजल्यानं एक माणूस वारंवार मृत्यूशी सामना करत होता. तो म्हणाला –

मी साधारण एक आठवडा भयंकर अवस्थेत होतो. आणि एक दिवस अचानक त्या अवस्थेतून निसटून या निर्वात पोकळीत आलो. मी त्या अंधाऱ्या पोकळीत मजेत तरंगत, लोळत

होतो. जणू काही अनेक वर्षं तिथंच राहत होतो. माझ्यावर त्या पोकळीचा इतका प्रभाव होता, की मला दुसरं काही सुचतच नव्हतं.

एका माणसाला लहान असताना अंधाराची फार भीती वाटायची. तो लहानपणी सायकल चालवत असताना त्याचा अपघात झाला आणि अंतर्गत जखमांमुळे हृदयाचे ठोके बंद पडून त्याचा मृत्यू झाला. तो सांगतो -

मी एका खूप खोल, अंधाऱ्या दरीतून जातोय असं मला जाणवलं. तो अंधार इतका गडद होता, की मला काही म्हणता काही दिसत नव्हतं. पण तो अतिशय सुंदर, काळजीमुक्त असा अनुभव होता.

एका पोटाच्या विकारानं आजारी महिलेचा अनुभव -

मी खूप आजारी होते. डॉक्टरांनी माझ्या भावंडांना मला शेवटचं भेटण्यासाठी बोलावून घेतलं. मला शांतपणे मृत्यू यावा म्हणून नर्सने मला एक इंजेक्शन दिलं. माझ्याभोवती घडणाऱ्या घटना वेगानं दूर जाऊ लागल्या. त्या कमी कमी होऊन नाहीशा झाल्या आणि मी एका अरुंद, काळ्याकुट्ट अंधाऱ्या जागेत प्रवेश केला. पहिल्यांदा माझं डोकं आणि नंतर शरीर त्या जागेत अगदी फिट बसलं. मग मी वेगानं खाली खाली जाऊ लागले.

एका अपघातात मरणोन्मुख झालेल्या बाईनं या अनुभवाची सांगड एका टि.व्ही. कार्यक्रमाशी घातली.

मी एका समकेंद्री वर्तुळांच्या बोगद्यात होते आणि तिथे फक्त शांतता आणि स्वस्थता होती, भीती हा प्रकारच नव्हता. नंतर काही दिवसांनी मी 'द टाईम टनेल' (काळाचा बोगदा) हा कार्यक्रम टी.व्ही.वर पाहिला. इथे चक्राकार बोगद्यातून माणूस मागच्या काळात जाऊ शकत होता. मला हीच गोष्ट माझ्या

अनुभवाच्या थोडी जवळ जाणारी वाटली.

दुसऱ्या एका मरणाच्या दारातून आलेल्या माणसानं हा अनुभव धार्मिक भावनेशी जोडला. तो म्हणतो -

अचानक मी एका खूप खोल आणि खूप अंधाऱ्या दरीत पोहोचलो. जणू काही त्या दरीतून जाणारा एक मार्ग आहे आणि मी त्यावरून खाली खाली जातोय. नंतर मी बरा झाल्यावर माझ्या मनात विचार आला, बायबलमध्ये सांगितलेली मृत्युछायेची दरी मला माहिती झाली आहे, कारण मी तिथे जाऊन आलोय.

शरीराबाहेर

आपल्यापैकी बहुतेकजण आपलं शरीर म्हणजेच ते स्वतः असल्याचं मानतात. अर्थातच आपण आपल्याला मन असल्याचं सुद्धा गृहीत धरतो. मन म्हणजे काय तर मेंदूत घडणाऱ्या विद्युत आणि रासायनिक घडामोडी असाव्यात. तो तर शरीराचाच एक भाग असतो. आपल्या शरीराची आपल्याला इतकी सवय झालेली असते, की त्याच्याशिवाय आपलं वेगळं काही अस्तित्व असू शकेल, अशी कल्पनाही कित्येक लोकांना करवत नाही.

मी ज्यांच्याशी बोललो त्या लोकांना हा अनुभव येण्याआधी, त्यांचा स्वतःच्या वेगळ्या अस्तित्वाबद्दलचा दृष्टिकोन इतर लोकांपेक्षा फारसा वेगळा नव्हता. म्हणून तर अंधाऱ्या बोगद्यातून वेगानं जाताना मरणाऱ्या माणसाला अतिशय आश्चर्य वाटतं. यावेळेला तो स्वतःचा देह बाहेरून कुठूनतरी बघत असतो. जणू काही तो एखादा तिऱ्हाईत प्रेक्षक असून नाटकात किंवा सिनेमात घडत असलेला प्रसंग बघतो आहे. काही घटनांमधला शरीराबाहेर असण्याचा अनुभव पाहू या.

मी सतरा वर्षांचा होतो. मी आणि माझा भाऊ एका मनोरंजन क्रीडानगरीत काम करत होतो. एके दिवशी दुपारी आम्ही पोहायला जायचं ठरवलं. आमच्याबरोबर आमचे इतर मित्रही

आले. कोणीतरी म्हणालं, 'आपण सगळा तलाव पोहून पलीकडे जाऊ', तसा तर मी खूप वेळा पोहलो असलो तरी त्यादिवशी काय झालं कोणास ठाऊक? मी अगदी खाली गेलो, अगदी तलावाच्या बुडाशी. मी हवेचे बुडबुडे सोडत खालीवर होत होतो आणि अचानक मला जाणवलं, मी माझ्या शरीरापासून दूर आहे. सगळ्यांपासूनच दूर असा वेगळाच माझा मी! तरीपण मी एका पातळीवर स्थिर राहून पाहत होतो. माझं शरीर तीन चार फुटांवर पाण्यात तरंगत खालीवर होत होतं. मी माझी पाठ आणि उजवी बाजूही थोडीशी पाहिली. मी माझ्या शरीराबाहेर होतो, तरी मला स्वतःला अस्तित्व असल्याचं जाणवत होतं. मला अगदी पिसासारखं हलकं हलकं वाटत होतं. मी हवेवर तरंगत होतो. काय होत होतं, मला सांगताच येत नाही.

एक बाई म्हणाली,

मला एका वर्षभरापूर्वी हृदयरोगामुळे हॉस्पिटलमध्ये दाखल केलं होतं. दुसऱ्या दिवशी सकाळी पलंगावर पडल्या पडल्याच माझ्या छातीत अतिशय दुखायला लागलं. मी कशीबशी पलंगाजवळची घंटी दाबून नर्सला बोलावलं. त्या आल्या आणि माझ्यावर उपचार करू लागल्या. पाठीवर पडून मला अस्वस्थ वाटत होतं म्हणून मी वळले आणि त्याक्षणी माझा श्वास थांबला. माझं हृदय बंद पडलं. तेव्हाच नर्स ओरडली, 'कोड पिंक, कोड पिंक'... असं त्या ओरडत असतानाच मी माझ्या शरीराच्या बाहेर पडल्याचं मला जाणवलं, मी गादीतून, पलंगाच्या कठड्यातून बाहेर पडले. खरंतर त्या कठड्यातूनच गेल्यासारखं वाटलं मला. मी खाली खाली गेले आणि नंतर हळूहळू वरवर यायला लागले. मी वरवर जाताना पाहिलं तर जवळजवळ दहा-बारा नर्स माझ्या खोलीकडे धावताना दिसल्या. डॉक्टर दवाखान्यात राउंड मारत होते. तेही धावत माझ्या खोलीत आले. मला वाटलं, हे इथं काय करतायत?

मी वर जात असताना दिव्याच्याही वर, अगदी छताजवळ गेले आणि खाली पाहू लागले. मला वाटलं, 'मी एखादा कुणीतरी उडवलेला कागदाचा कपटा आहे'.

मला पुन्हा जिवंत करण्याचे त्यांचे प्रयत्न मी वरून पाहत होते. माझं शरीर पलंगावर पडलेलं होतं आणि ते सगळे भोवती उभे होते. एक नर्स म्हणाली, 'अरे देवा! ती गेली.' दुसरी माझ्याजवळ येऊन मला तोंडातून कृत्रिम श्वास देण्याचा प्रयत्न करू लागली. ती माझ्यावर झुकली होती. मला वरून तिच्या डोक्याचा मागचा भाग आणि तिची पाठ दिसत होती. तिचे छोटेसे कापलेले केसही मला आठवतायत. तेवढ्यात एक मशीन आत आणलं आणि माझ्या छातीवर त्याने शॉक दिले. शॉकच्यावेळी माझं शरीर झटकन उडालं. माझ्या शरीरातलं हाडन् हाड वाजलं. मी ऐकलं हे फारच धक्कादायक होतं.

ते माझ्या छातीवर धक्के मारत होते. माझे हातपाय चोळत होते. मला वाटलं. इतका त्रास का घेतायत? मी तर मजेत आहे.

एका तरुण मुलाचा अनुभव

ही दोन वर्षांपूर्वीची गोष्ट आहे. मी नुकताच एकोणीस वर्षांचा झालो होतो. माझ्या एका मित्राला सोडायला गाडीतून जात होतो. गावातल्या एका चौकात मी दोन्ही बाजूला पाहिलं. मला कोणीच येताना दिसलं नाही. म्हणून मी गाडी पुढे नेली. तेवढ्यात माझ्या मित्राची जोरदार किंकाळी मी ऐकली. पाहिलं तर एका गाडीच्या पुढच्या दिव्यांमुळे माझे डोळे गपकन मिटले. ती गाडी अतिशय वेगाने आमच्यावर येऊन आदळली. त्याच क्षणी मला जाणवलं, मी एका अंधाऱ्या बंदिस्त जागेतून जात आहे. हे सगळं फार अचानक घडलं. मी जवळजवळ पाच फूट उंचीवरून खाली पाहत होतो. गाडी आदळल्याचा आवाज हळूहळू विरत गेला. लोक धावतच गाडीपाशी आले. माझा

मित्र कसाबसा गाडीबाहेर आला. त्याला जबरदस्त धक्का बसला होता. मला माझं शरीर त्या मोडलेल्या पिचलेल्या गाडीत पडलेलं दिसत होतं. लोक मला बाहेर काढायचा प्रयत्न करत होते. माझे पाय पिळवटले गेले होते आणि भोवती रक्ताचं थारोळं होतं.

अशा बिकट अवस्थेत विचारांचा आणि भावनांचा किती कल्लोळ उठत असेल, याची तुम्ही कल्पना करू शकता. स्वतःच्या शरीराबाहेर असण्याची स्थिती जरी ते अनुभवत असले, तरी त्यांना ती अशक्यप्राय गोष्ट वाटत असते. त्यामुळे या सगळ्याचा त्यांच्या मनात गोंधळ उडतो. आपण मेलो आहोत, हे कळायलाच काही वेळ जातो. 'असं कसं झालं, मी असा तिऱ्हाइताप्रमाणे माझंच शरीर वरून कसा बघू शकतो?' याचंच त्यांना आश्चर्य वाटत राहतं.

अशा विचित्र स्थितीतल्या भावनिक प्रतिक्रिया खूप विविध प्रकारच्या असतात. बऱ्याच लोकांना त्या शरीरात परत जाण्याची तीव्र इच्छा होते. पण त्यासाठी नेमकं काय करायचं, हे माहिती नसतं. काहीजण अतिशय घाबरून जातात. पण काही लोकांनी मात्र सकारात्मक प्रतिक्रिया नोंदवल्या. उदाहरणार्थ –

मी खूप आजारी पडलो. मला हॉस्पिटलमध्ये ठेवलं होतं. एके दिवशी सकाळी माझ्याभोवती राखाडी रंगाचं दाट धुकं जमा झालं आणि मी शरीर सोडलं. मी शरीराबाहेर पडत असताना मला तरंगत असल्यासारखं वाटत होतं. मी खाली पाहिलं, माझं शरीर पलंगावर पडलेलं होतं. मला कसलीही भीती वाटत नव्हती. एकदम शांत, प्रसन्न वाटत होतं. अस्वस्थता, भीती पार पळून गेली होती. अतिशय निवांत, स्वस्थ वाटत होतं. कशाचीही धास्ती नव्हती. मला वाटलं, मी मरतो आहे. मी जर शरीरात परत गेलो नाही तर नक्कीच मरून जाईन.

स्वतःच्या मागे सोडून आलेल्या शरीराबद्दल अनेक जणांच्या विविध प्रकारच्या विलक्षण प्रतिक्रिया आणि दृष्टिकोन असतात. स्वतःच्या

शरीराबद्दल वाटणारी काळजीची भावना अनेक जणांनी नमूद केली. एक नर्सिंग शिकणारी तरुणी तिच्या अनुभवाबद्दल सांगताना म्हणाली,

मला माहिती आहे, हे तुम्हाला जरा मजेशीरच वाटेल. नर्सिंग प्रशिक्षणामध्ये 'स्वतःचं शरीर विज्ञानाला दान करा' असं आमच्या मनावर सारखं बिंबवलं जातं. पण मृत्यूजवळ पोहोचल्यावर मी जेव्हा त्यांना माझा श्वास पुन्हा सुरू करण्याचा प्रयत्न करताना पाहत होते, तेव्हा माझ्या मनात सारखी एकच गोष्ट येत होती, की मी मेले तरी हे शरीर त्यांनी प्रयोगशाळेत प्रेत म्हणून अजिबात वापरायला नको.

आणखी दोन जणांनी शरीराबाहेर पडल्यावर त्या शरीराची काळजी वाटल्याचं मला सांगितलं. नवल म्हणजे ते दोघेही वैद्यकीय क्षेत्रातलेच होते, एक डॉक्टर आणि एक नर्स.

दुसऱ्या एका घटनेत सोडलेल्या शरीराविषयी वाटणाऱ्या काळजीची जागा दुःखाच्या भावनेनं घेतली. एक माणूस उंचीवरून पडल्यानं फार विचित्र पद्धतीनं जखमी झाला. त्याचं हृदय थांबलं होतं. तो सांगतो –

एका क्षणी, मला माहिती होतं की मी पलंगावर पडलो आहे. पण मी तो पलंग पाहू शकत होतो आणि त्याच वेळी डॉक्टरांना माझ्यावर उपचार करत असतानाही मी पाहत होतो. मला काही समजत नव्हतं पण मी माझं पलंगावर पडलेलं शरीर पाहत होतो आणि मला खरंच खूप वाईट वाटलं, की माझ्या शरीराला किती ठिकाणी जखमा झाल्यात!

बऱ्याच जणांनी त्यांचं स्वतःचंच शरीर अनोळखी वाटल्याचंही सांगितलं. आता हाच विलक्षण अनुभव पाहा –

अरे, मी स्वतःलाच ओळखलं नाही की मी असा दिसतो! आतापर्यंत मी स्वतःला फोटोत किंवा आरशातच पाहिलं होतं. दोन्ही ठिकाणी सपाट पृष्ठभाग होते. पण इथे अचानक मी म्हणजे माझं शरीर – मी ते पाहू शकलो. अगदी पूर्ण

दृश्य, जवळजवळ पाच फूट उंचीवरून. तो मीच आहे, हे ओळखायला मला काही क्षण लागले.

दुसऱ्या एका घटनेत ही अनोळखीपणाची भावना अगदी गमतीशीरपणे टोकाला पोहोचली. स्वतः डॉक्टर असलेला एक माणूस जेव्हा वैद्यकीय दृष्ट्या मृत झाला, तेव्हा तो स्वतःच्याच प्रेताजवळ उभा होता. शरीर मेल्यावर जसं फिकट राखाडी रंगाचं होतं, तसं त्याचं कलेवर झालं होतं. ते पाहून गोंधळलेल्या स्थितीत घाईघाईनं त्यानं जवळजवळ निर्णय पक्का केला, की आपण इथून निघून गेलं पाहिजे, कारण त्याला त्याच्या मृत शरीराजवळ उभं राहून खूप अस्वस्थ वाटत होतं. लहान असताना त्याला त्याच्या आजोबांनी भुतांच्या-प्रेतांच्या गोष्टी सांगितल्या होत्या. त्यामुळेच प्रेतासारख्या दिसणाऱ्या शरीराजवळ अजिबात थांबू नये, असं त्याला वाटत होतं, ते त्याचंच होतं तरीही.

याचंच दुसरं टोक म्हणजे काहीजणांना आपल्या स्वतःच्या शरीराबद्दल विशेष काहीच वाटलं नाही. उदाहरणार्थ, एका बाईला हृदयविकाराचा तीव्र झटका आला आणि तिला खात्री झाली की आता ती मरणार आहे. ती जवळजवळ मेलीच. तिला अंधारातून तिच्या शरीराबाहेर कोणीतरी खेचून घेतंय आणि ती दूरदूर जातेय असं वाटलं. ती म्हणाली –

मी माझ्या शरीराकडे अजिबात वळून पाहिलं नाही. मला माहिती होतं, ते तिथंच आहे आणि मी वळून त्याला पाहू शकले असते. पण मला ते पाहायची इच्छाच नव्हती. अगदी थोडीसुद्धा नाही. कारण मी माझ्या आयुष्यात उत्तम तेच केलंय आणि आता या नवीन येणाऱ्या जगाकडे मला लक्ष द्यायचंय. कारण पुन्हा वळून त्या शरीराकडे पाहणं म्हणजे परत भूतकाळ पाहणं आणि मला नक्कीच तसं करायचं नव्हतं.

एका मुलीलाही असाच अनुभव आला. एका अपघातात तिला अनेक ठिकाणी जखमा झाल्या आणि तिने शरीराबाहेर असण्याचा अनुभव घेतला.

मला माझं स्वतःचं शरीर कारमध्ये अडकून पडलेलं दिसलं.

अवतीभोवती लोक जमा झाले. पण खरं सांगू, मला त्याबद्दल काहीच वाटलं नाही. जणू काही ते दुसऱ्याच कोणाचं तरी शरीर किंवा एखादी वस्तू असावी. ते माझंच शरीर आहे, हे माहिती असूनही मला त्याच्याबद्दल काहीच वाटलं नाही.

ही अशरीर स्थिती त्या व्यक्तीसाठी खूपच नवीन आणि विचित्र असते, शिवाय मरणाऱ्या व्यक्तीवर ही परिस्थिती इतकी आकस्मिकपणे येते, की हा सगळा नक्की काय अनुभव आहे, हे समजायला थोडासा वेळ जातो. शरीराबाहेर असताना कदाचित ती परिस्थिती योग्यप्रकारे हाताळण्याचा प्रयत्न तो करत असेल, किंवा त्याच्याबरोबर घडणाऱ्या घटनांची क्रमवार संगती लावायला पाहत असेल. तो मरतोय किंवा मेलाय हे त्याला कळण्याच्या आधी अशी काहीतरी धडपड तो करत असेल.

जेव्हा हे सत्य त्याला कळत असेल, तेव्हा भावनांचा आणि विचारांचा कल्लोळ होत असेल आणि तो आश्चर्यचकित होत असेल. एका बाईनं सांगितलं, की त्यावेळी तिला वाटलं, 'ओहो, मी मेलेय! किती छान!'

एका माणसानं त्याच्या मनात आलेला विचार सांगितला. ''सगळे ज्याला मृत्यू म्हणतात, तो हाच असावा.'' जेव्हा आपण मेलो आहोत, हे जाणवत असेल, तेव्हाच गोंधळून जाण्याची आणि हे सत्य नाकारण्याची भावना काही लोकांच्या मनात येत असेल. उदाहरणार्थ, एका माणसाला बायबलमधलं 'तीन वीस आणि दहा' हे वचन आठवलं आणि त्याला वाटलं, असं कसं होईल? मी तर आत्ताशी एकच वीस पूर्ण केले आहेत. एका तरुणीनं अशाच भावना दर्शवणारा अनुभव सांगितला –

मला वाटलं, मी मेले आहे. पण त्याचं मला काही वाईट वाटत नव्हतं. मला कळत नव्हतं, की आता कुठे जावं? माझं भान आणि माझे विचार मी जिवंत असताना जसे असायचे तसेच होते. पण मला समजत नव्हतं, की काय करू? मी विचार करत होते, 'मी आता कुठे जाणार? काय करणार? अरेच्चा! मी तर मेले आहे.' कारण मला नाही वाटत, आपण मरतोय यावर कोणाचा विश्वास बसत असेल. ही घटना म्हणजे

दुसऱ्या कोणाबाबत घडणारी घटना आहे असंच आपल्याला वाटत असतं. जरी आपल्याला आत कुठेतरी माहिती असतं, की आपणही मरणार आहोत तरी त्यावर विश्वास ठेवणं जड जातं आणि म्हणूनच मी वाट पाहायचं ठरवलं. मृत्यूचा धक्का ओसरून माझं शरीर तिथून हलवेपर्यंत काय होईल ते पाहून नंतर कुठे जायचं ते ठरवावं, असा विचार मी केला.

मी अभ्यासलेल्या एक दोन प्रसंगांमध्ये मरणाऱ्या व्यक्तीचा आत्मा, मन, चैतन्य (तुम्हाला त्याला काय नाव द्यायचं असेल ते) त्यांच्या शरीरातून निघून गेल्यावर त्यांना स्वतःला कोणत्याही प्रकारचा 'देह' असल्याची जाणीव झाली नाही. उलट त्यांना वाटलं, की ते शुद्ध चैतन्य आहेत. या अनुभवादरम्यान मी सभोवतालच्या सगळ्या गोष्टी पाहू शकत होतो. अगदी माझं पलंगावर पडलेलं शरीरसुद्धा. पण मी मात्र अस्तित्वहीन होतो. कोणतीही जागा व्यापली नव्हती, असं एका माणसानं सांगितलं. जणू काही तो चैतन्याचा एक बिंदू होता. इतर काहीजणांनी मात्र स्वतःच्या शरीरातून बाहेर पडल्यावर आपल्याला देह होता की नाही, तसंच असल्यास कुठला, हेही आठवत नसल्याचं सांगितलं. 'भोवती इतक्या घटना घडत होत्या की हे लक्षातच आलं नाही' असं त्यांचं म्हणणं होतं.

तरीदेखील माझ्या अभ्यासातील बऱ्याच लोकांनी त्यांचं पार्थिव शरीर सोडल्यावर त्यांना वेगळ्या प्रकारचा देह असल्याचं जाणवलं, असं नमूद केलं आहे. जरी आपण अतिशय अवघड स्थितीत आहोत हे त्यांना तत्क्षणी समजलं, तरी त्या देहाचं अस्तित्व जाणवलं होतं. 'नवा देह' ही संकल्पना मृत्यूच्या अनुभवांमध्ये येणाऱ्या त्या दोन-तीन संकल्पनांपैकी एक आहे, जिथे मानवी भाषा पूर्णपणे तोकडी पडते. मला या देहाविषयी सांगताना जवळजवळ प्रत्येक जण निराशेनं म्हणाला, 'मला नाही सांगता येत, नक्की काय होतं ते' किंवा अशाच अर्थाचे काही संकेत त्यांनी दिले.

इतकंच नाही तर प्रत्येक घटनेत या देह प्रकाराबद्दल विलक्षण साम्य आढळलं. प्रत्येक व्यक्तीनं जरी त्याचं वर्णन वेगवेगळ्या शब्दांत केलं असेल, वेगळं चित्र उभं केलं असेल, तरी ते सगळं साधारणपणे एकाच

प्रकारात मोडतं. या नव्या देहाची वैशिष्ट्यं आणि खुणांबाबत बऱ्याच घटनांमध्ये एकवाक्यता आढळते. या देहाला जर एखादा शब्द द्यायचा असेल तर तो या देहाची बरीच वैशिष्ट्यं दर्शवणारा असावा. असा एक शब्द आहे 'आध्यात्मिक देह' जो माझ्या एक-दोन अशिलांनी सुद्धा वापरलेला आहे. म्हणून मी सुद्धा हाच शब्द यापुढे वापरणार आहे.

मरणाऱ्या व्यक्तींना सामान्यत: सर्वांत प्रथम त्यांच्या मर्यादित आध्यात्मिक देहाची जाणीव होत असते. पार्थिव शरीराच्या बाहेर पडल्यावर ते त्यांच्या स्थितीबद्दल इतरांना सांगण्याचा आटोकाट प्रयत्न करत असतात, पण ते कोणालाच ऐकू जात नाही. हे या उदाहरणावरून नीट लक्षात येईल. एका महिलेला दम्याचा अॅटॅक आला, तेव्हा तिला अतिदक्षता विभागात नेलं आणि तिथं तिला पुन्हा जिवंत करण्याचा प्रयत्न सुरू झाला.

ते मला पुनरुज्जीवित करण्याचा प्रयत्न करत होते. ते सगळं जरा विचित्रच होतं. मी फार उंचीवर नव्हते. एखाद्या बैठकीवरून त्यांच्या डोक्यावरून पाहत असल्यासारखी, त्यांच्यापासून फार लांब नव्हते. मी त्यांना सांगण्याचा आटोकाट प्रयत्न करत होते पण ते काही ऐकतच नव्हते. त्यांना ऐकूच येत नव्हतं.

गुंतागुंतीत अजून भर म्हणजे आपण सांगत असलेलं कोणाला ऐकू तर येत नाहीच, त्याचबरोबर आपण कोणाला दिसतही नाही, असंही आध्यात्मिक देहात असलेल्या व्यक्तीला जाणवतं. त्याच्याभोवती जमा झालेले डॉक्टर, इतर व्यक्ती आध्यात्मिक देहात तो जिथे आहे तिथे थेट बघत असले, तरी तो दिसत असल्याचं कणमात्रही लक्षण दिसत नाही. त्या आध्यात्मिक देहाला काही घनत्व नसतं. इतर वस्तू, माणसं त्यातून सहज ये-जा करत असतात. तो त्यांना पकडू शकत नाही, की स्पर्शही करू शकत नाही.

डॉक्टर आणि नर्स माझ्या छातीवर ठोके मारून माझा रक्तप्रवाह सुरू करण्याचा, मला पुन्हा जिवंत करण्याचा प्रयत्न करत होते. मी त्यांना वारंवार सांगण्याचा प्रयत्न करत होते, 'सोडा मला. मला एकटीला राहायचंय. मला असे धक्के मारू नका.'

पण त्यांनी माझं ऐकलं नाही. म्हणून मी त्यांना दूर सारत होते पण काही घडतच नव्हतं. मी काहीच करू शकले नाही. काय होतंय, हे मला खरंच कळत नव्हतं; पण मी त्यांना दूर करू शकले नाही. मी त्यांना ढकलत होते पण त्यांच्यावर काहीच परिणाम होत नव्हता. (धक्का (ठोके) मारणारे हात तिथेच होते.) मला कळत नव्हतं की माझा हात त्यांच्या हाताच्या भोवती होता का, हातामधून जात होता? मला कोणताच दाब, जोर त्यावेळी जाणवला नाही.

दुसरा अनुभव पाहा –

मला त्या सगळ्या स्थितीतून बाहेर काढण्यासाठी लोक हरतऱ्हेनं प्रयत्न करत होते. मी एका अरुंद जागेत होते आणि त्यांना पाहत होते. पण ते मात्र मला पाहू शकत नव्हते. ते सरळ समोर बघत निघून जात. ते अगदी जवळ येताच मी त्यांच्या वाटेतून बाजूला जायला बघे, पण ते सरळ माझ्यातून निघून जात.

पुढे असंही लक्षात आलं, की आध्यात्मिक देह वजनरहित असतो. वरच्या अनुभवांमध्ये सांगितल्याप्रमाणे बऱ्याच जणांच्या हे पहिल्यांदा लक्षात येतं, जेव्हा ते छतापाशी किंवा हवेत तरंगत असल्यासारखं त्यांना जाणवतं. कोणी तरंगत असल्यासारखं म्हणतं तर कोणी एकदम हलकं, वजनरहित म्हणतं किंवा कोणी त्यांना ओढून नेलं गेलं अशा शब्दात त्याच्या नव्या देहाबद्दल वर्णन करतात.

सामान्यपणे आपल्या भौतिक शरीरात आपलं शरीर कुठे आहे, स्थिर आहे की हलतंय, याची जाणीव करून देणाऱ्या यंत्रणा असतात. आपले सर्व अवयव कुठे आहेत, याची आपल्याला जाणीव असते. दृष्टी आणि शरीराचा समतोल महत्त्वाचा असतो. किनेस्थेशिया (Kinesthesia) म्हणजे ती संवेदना जी आपल्याला शरीरातील शिरा, स्नायू आणि सांधे यांची हालचाल आणि यांवर येणाऱ्या तणावाची जाणीव करून देते. पण सततच्या वापरामुळे त्यांच्या हालचालीची जाणीव आपल्याला होत नाही.

थोडक्यात आपण किनेस्थेशियाबद्दल असंवेदनशील होतो. पण जर ही संवेदना थांबवली तर आपल्याला त्याची चटकन जाणीव होईल, असं मला वाटतं. काही लोकांनी मला तसं सांगितलं. जेव्हा ते आध्यात्मिक देहात होते, तेव्हा त्यांना कोणत्याही शारीरिक हालचाली, गती, स्थिती आणि वजनाची जाणीव नव्हती.

आध्यात्मिक देहाची ही वैशिष्ट्यं त्याच्या मर्यादा वाटू शकतात. पण खरंतर त्या मर्यादा नाहीत. याचा जरा वेगळ्या तऱ्हेनं विचार करून पाहा. आध्यात्मिक देहातली व्यक्ती सर्वांना पाहू शकते, त्यांचं बोलणं ऐकू शकते, पण तिला कोणी पाहू किंवा ऐकू शकत नाही. हा तिचा फायदाच नाही का? (गुप्तहेरांना हेवा वाटावा अशीच ही स्थिती) दाराची कडी जरी त्याच्या हातातून आरपार जात असली तरी काही फरक पडत नाही. कारण काही क्षणातच त्याच्या लक्षात येतं, की तो स्वतःच दारातून आरपार जाऊ शकतोय. या स्थितीत एकदा स्थिरावल्यावर प्रवास करणं सोपं होईल. वस्तूंचा अडथळा जाणवणार नाही आणि एका ठिकाणाहून दुसरीकडे हालचाल अतिशय वेगात, अगदी क्षणभरात होईल.

शारीरिक जाणिवेचा अभाव असला तरी या स्थितीतून गेलेल्या सर्वांनी आध्यात्मिक देहांना काहीतरी अस्तित्व असल्याचं आणि त्याचं वर्णन करणं शक्य नसल्याचं मान्य केलं आहे. या आध्यात्मिक देहाला एक आकार, एक घाट असल्याचंही सर्वांनी मान्य केलं आहे. (कधी कधी गोलाकार, कधी बेडौल ढगासारखा पण कधी अगदी भौतिक शरीरासारखा आकार) अगदी हातापायाच्या डोक्याच्या आकाराचे उंचवटे/फुगवटे किंवा भाग त्याला असतात. जरी त्याचा आकार गोलाकार असल्याचं सांगितलं तरी त्याला निश्चित असा माथा, बूड (सुरुवात आणि अंत) आणि वर सांगितल्याप्रमाणे भाग असतात, हे लक्षात घ्यायला हवं.

या नव्या देहाबद्दल अनेकांनी अनेक पद्धतींनी वर्णन केल्याचं मी ऐकलं आहे पण प्रत्येक वर्णनातून एकच संकल्पना समोर येत असल्याचं कोणाच्याही लक्षात येईल. या देहासाठी बऱ्याच लोकांनी वापरलेले शब्द म्हणजे ढगासारखं, धुक्यासारखं, धुरासारखं, वाफेचं, पारदर्शक, रंगीत ढग,

पिसासारखं, ऊर्जेचा स्रोत असे आणि यांसारखे अनेक.

शेवटी प्रत्येकानं या शरीराबाहेरच्या या स्थितीला कालरहित असंही म्हटलं आहे. बऱ्याच जणांनी सांगितलं की त्यांच्या या शरीराबाहेरच्या आध्यात्मिक देहाचं वर्णन ऐहिक / लौकिक भाषेत करायचं (कारण मानवी भाषा ऐहिकच असते) झालं तर त्यांच्या या अनुभवात 'काळ' हा घटक नव्हताच. शारीरिक स्थितीसारखा काळाचा अनुभव आध्यात्मिक देहात येत नाही.

यानंतर आध्यात्मिक देहात विलक्षण अनुभव घेतलेल्या पाच जणांच्या मुलाखती त्यांच्याच शब्दात पाहू.

१. *एका वळणावर माझा गाडीवरचा ताबा सुटला. गाडी रस्ता सोडून हवेत उडाली. मला अचानक आकाश दिसलं आणि गाडी खंदकात कोसळताना दिसली. 'हा अपघात आहे,' मी स्वतःशीच बोललो. त्या क्षणी माझी काळाची जाणीव नाहीशी झाली आणि माझं शरीर मला जाणवेनासं झालं. माझं अस्तित्व, माझा आत्मा किंवा तुम्हाला त्याला जे काय म्हणायचं असेल ते माझ्या भौतिक शरीरातून, माझ्या डोक्यातून बाहेर पडत असल्याचं जाणवलं. मला अजिबात वेदना जाणवली नाही. ते फक्त आतून वरती उचललं गेल्यासारखं वाटलं आणि नंतर ते भौतिक शरीराच्या वरती होतं...*

माझ्या त्या 'अस्तित्वाला' बहुतेक एक घनता होती पण ती भौतिक शरीराला असते तशी नव्हती. एखाद्या लाटेसारखी पण मला कळत नाहीये, हे कसं सांगू? म्हणजे भौतिक शरीरासारखं काहीच नव्हतं. पण एक प्रकारचं चैतन्य म्हणू शकता तुम्ही. आणि त्यात काहीतरी होतं हे नक्की. ते छोटं, गोलाकारासारखं धूसर सीमारेषा असलेलं असं काहीतरी... त्याला तुम्ही ढगाप्रमाणे म्हणू शकता, स्वतःच्याच वलयात गुरफटलेलं.

माझ्या शरीरातून आधी मोठा भाग बाहेर पडला आणि नंतर छोटा टोकाकडचा भाग गेला. खूप हलकं वाटत होतं. खूपच. माझ्या

शरीरावर काहीच ताण जाणवला नाही. ही जाणीव फारच वेगळी होती. माझ्या या नव्या देहाला वजनच नव्हतं...

सर्वांत विलक्षण म्हणजे हा सर्व अनुभव एका क्षणाचाच होता. तेव्हा माझं 'अस्तित्व' माझ्या डोक्याच्या पुढच्या भागातच लटकत होतं. जणू काही जायचं की राहायचं, याचा निर्णय ते घेत होतं. त्यावेळी काळ थांबल्यासारखं वाटलं. अपघाताच्या सुरुवातीला आणि शेवटी घटना अतिशय वेगात घडल्या पण या दोन्हीच्यामध्ये माझं अस्तित्व माझ्या डोक्याशी लटकत असताना, माझी गाडी बंधाऱ्यावरून कोसळत असताना खूप काळ गेल्यासारखं वाटलं. त्यावेळी मी ना गाडीचा विचार करत होतो ना अपघाताचा, ना माझ्या शरीराचा. मी माझ्या मनाशीच गुंतलो होतो.

माझ्या अस्तित्वाला काही भौतिक वैशिष्ट्यं नव्हती. पण मला मात्र त्यांचं वर्णन मानवी (भौतिक) शब्दांमध्येच करावं लागेल. मला त्याचं वर्णन अनेक प्रकारे, वेगवेगळ्या शब्दात करावं लागेल पण त्यातला एकही शब्द त्याचं योग्य वर्णन करू शकणार नाही. ते करणं फारच कठीण आहे.

शेवटी माझी गाडी जमिनीवर आदळली आणि गडगडत खाली गेली. पण लचकलेली मान आणि खरचटलेला पाय याशिवाय मला काहीही दुखापत झाली नाही.

२. *मी जेव्हा माझ्या शरीरातून बाहेर आलो, तेव्हा असं वाटलं, की मी माझ्या शरीरातून दुसऱ्या कशात तरी गेलोय. 'मी आता काहीच नाही' अशी भावना माझ्यात आलीच नाही कारण मी एका वेगळ्या देहात होतो. नेहमीचा मानवी देह नव्हता तो. थोडासा वेगळा. मानवी देह नाही पण मोठ्या गोलाकार पदार्थासारखा पण नाही. त्याला आकार होता पण रंग नव्हता आणि मला अजूनही हातासारखा काहीतरी भाग (अवयव) जाणवत होता.*

मला याचं वर्णन करताच येत नाही. माझ्याभोवती घडणाऱ्या घटनांमुळे मी अगदी भारावून गेलो होतो. मला माझं शरीरही दिसत होतं आणि

बरंच काही... त्यामुळे मी कोणत्या प्रकारच्या देहात आहे, याचा विचारच केला नाही. आणि हे सगळं इतकं जलद गतीने घडलं. तिथे काळ असा काही घटकच नव्हता - तरीपण एका दृष्टीनं पाहता तो होता सुद्धा. शरीरातून बाहेर आल्यावर वेगानं घटना घडतात असं वाटतं.

३. *मला आठवतंय, मला त्यांनी ऑपरेशनसाठी नेलं. पुढचे काही तास फार महत्त्वाचे, गुंतागुंतीचे होते. या सगळ्या वेळात मी माझ्या शरीरात ये-जा करत होतो, आणि ते सगळं वरून मी पाहत होतो. पण मी जेव्हा असं करत होतो, तेव्हा मला अजूनही एक देह होता. परंतु तो मानवी देह नव्हता. मी असं म्हणेन की, एक ऊर्जावान देह. अगदी शब्दातच सांगायचं म्हणजे एक पारदर्शक, पारमार्थिक म्हणजे आधिभौतिक गोष्टींच्या विरुद्ध पण वेगवेगळे भाग असलेला देह.*

४. *जेव्हा माझं हृदयस्पंदन थांबलं; तेव्हा मला वाटलं, की मी एक गोलाकार चेंडू असून, या चेंडूच्या आतल्या बाजूला छोट्याशा वर्तुळात इ-इ प्रमाणे मी आहे. मी नाही सांगू शकत काय ते!*

५. *मी माझ्या शरीराबाहेर होतो, सुमारे दहा यार्डावरून शरीराकडे पाहत होतो. पण मी जिवंत असताना जसा विचार करायचो, तसाच विचार आत्ताही करत होतो. मी कुठेतरी माझ्या शरीराच्या नेहमीच्या उंचीवरूनच पाहत होतो. मी एखाद्या शरीरात असा नव्हतो पण एखाद्या गोलाकार आवरणात असल्यासारखं काहीतरी होतं, एक स्पष्ट आकार होता त्याला. मला काही तो दिसला नाही. तो जरासा पारदर्शक होता. खरंतर नव्हताच. म्हणजे मी तिथं होतो - एक ऊर्जा, किंवा ऊर्जेचा भरलेला एक छोटा बॉल आणि मला कसलीही शारीरिक जाणीव नव्हती. तापमान किंवा तत्सम काहीच नाही.*

इतर काही घटनांमध्ये काहीजणांनी त्यांचं शरीर आणि नवा देह यांच्या आकारात साम्य असल्याचं सांगितलं. एका महिलेनं मला सांगितलं, जेव्हा मी शरीराबाहेर होते तेव्हाही मला हात, पाय असे सगळे अवयव होते - म्हणजे मी वजनरहित होते तरीही.

एक बाई तिला जिवंत करण्याचे प्रयत्न छताजवळून बघत होती. ती म्हणाली, मला अजूनही देह होता. मी ताणली गेले होते आणि खाली पाहत होते. मी माझे पाय हलवले. एक पाय दुसऱ्यापेक्षा जास्त गरम असल्याचं मला जाणवलं.

या आध्यात्मिक देहात हालचाल जशी विनाअडथळा होऊ शकते, तशीच स्थिती विचारांचीही असते. एकदा का ही नवी स्थिती पचनी पडली, की मग या अनुभवातून जाणारे लोक भौतिक शरीरात जिवंत असताना करतात त्यापेक्षा जास्त वेगानं आणि स्पष्ट विचार करू लागतात, असं मला वारंवार सांगितलं गेलं. उदाहरणार्थ, एका माणसानं सांगितलं, तो जेव्हा मेला होता तेव्हा-

ज्या गोष्टी आत्ता करणं शक्य नाही, त्या तिथे शक्य होत्या. मन अगदी स्वच्छ आणि स्पष्ट होतं. खूप छान वाटत होतं. प्रथमच माझ्या मनानं माझ्यासाठी प्रत्येक गोष्टीचं विश्लेषण अगदी योग्य तऱ्हेनं केलं, एकदाही न अडखळता. थोड्या वेळानं मी अनुभवत असलेल्या सर्व गोष्टी मला तिथे घेऊन गेल्या, जिथं या सर्व गोष्टींचा माझ्यासाठी काहीतरी अर्थ होता.

नव्या देहातील जाणिवा या आधीच्या शारीरिक जाणिवांप्रमाणे असतातही आणि नसतातही. काही प्रमाणात आध्यात्मिक देहाला मर्यादा आहेत. आपल्या शरीरांतर्गत गतीची जाणीव करणारी संवेदना (Kinesthesia) तर अजिबात नसते. काही अनुभवांमध्ये लोकांना तापमानाची जाणीव अजिबात झाली नाही, असं त्यांनी सांगितलं. पण बऱ्याच जणांना सुखदायक ऊब अनुभवायला मिळाली. मात्र माझ्या सर्व संशोधनात एकानंही शरीराबाहेर असताना वास किंवा चव अनुभवल्याचं सांगितलं नाही.

दुसऱ्या बाजूला दृष्टी आणि श्रवणाची जाणीव आध्यात्मिक देहात अगदी चांगली होती. उलट शारीरिक जाणिवेपेक्षा जास्त तीव्र आणि स्पष्ट झाल्यासारखी दिसते. एका माणसाने तो जेव्हा मेला होता, तेव्हाचा अनुभव सांगितला. 'माझी नजर इतकी स्वच्छ, स्पष्ट झाली, की मला इतकं दूरचं कसं दिसतं; याचंच मला नवल वाटलं.' एका बाईनं सांगितलं, 'जणूकाय

या आध्यात्मिक संवेदनेला काही सीमाच नाही. मी कुठेही... अगदी सगळं काही पाहू शकत होते.' एका अपघातानंतर मृतावस्थेचा अनुभव घेतलेल्या बाईच्या निवेदनातून, मुलाखतीतून ही संकल्पना जास्त स्पष्ट होईल.

> *खूप साऱ्या गोष्टी घडत होत्या. ॲम्ब्युलन्सभोवती लोक धावपळ करत होते. जेव्हा मी एखाद्या माणसाकडे पाहून तो काय विचार करतोय, याचं नवल करायचे, तेव्हा एकदम चित्र मोठं झाल्याप्रमाणे व्हायचं, जसं काही ती घटना मला भिंगातून दिसतीए आणि त्वरित मी त्या व्यक्तीजवळ असायचे. पण असं वाटतं, की माझा एक भाग – मी त्याला मन म्हणेन – हे जिथे मी काही क्षणांपूर्वी होते तिथेही असायचा, माझ्या शरीरापासून दूर. मी एखाद्याकडे पाहत असताना माझाच एक भाग मागोवा घेत तिथपर्यंत पोहोचायचा. त्यावेळी मला असं वाटलं, जगात कुठेही काहीही घडलं तरी मी तिथे पोहोचू शकेन, अगदी क्षणभरात.*

'ऐकणे' ही क्रिया आध्यात्मिक देहात फक्त समानार्थी शब्द म्हणून वापरता येईल. कारण बऱ्याच जणांनी सांगितलं, की एखादा आवाज किंवा बोलणं जसं आपण कानांनी ऐकतो, तसं हे ऐकणं नव्हतं. लोकांच्या मनातले विचार थेट समजल्यासारखं होतं.

हे विचारांचं थेट स्थानांतरण मृत्यूनंतरच्या घडामोडीत अतिशय महत्त्वाची भूमिका बजावत असतं. याबद्दल आपण नंतर बोलणारच आहोत. एका बाईनं सांगितलं –

> *मला माझ्याभोवती बरीच माणसं दिसली आणि ती काय बोलताहेत हे मला समजत होतं. जसा मी तुमचा आवाज ऐकतीये तसे मी त्यांचे आवाज ऐकले नाहीत, तर जणू काही मी त्यांचे विचार जाणत होते, पण फक्त माझ्या मनातच, त्यांच्या शब्दातून नव्हे. ते तोंड उघडण्याआधीच मला त्यांचे विचार, त्यांचं बोलणं समजत असे.*

शरीराला कितीही जखमा झाल्या असल्या, तरी त्याचा कोणताही दुष्परिणाम आध्यात्मिक देहावर होत नाही, हे एका विलक्षण आणि रोचक अनुभवातून लक्षात येईल. या घटनेत एका माणसानं अपघातात त्याच्या पायाचा बराच भाग गमावला. वैद्यकीय दृष्ट्या त्याला मृत ठरवण्यात आलं. त्याला हे समजलं होतं, कारण त्यानं त्याचं जखमी शरीर लांबून पाहिलं होतं. डॉक्टर त्याच्यावर उपचार करताना त्याला दिसले तेव्हा तो शरीराबाहेर होता.

मला माझ्या संपूर्ण शरीराची जाणीव अगदी पूर्ण होत होती. मी जसाच्या तसा तेथे आहे हे मला जाणवत होतं, पण सत्य काही वेगळंच होतं.

या अशरीर स्थितीमध्ये माणूस इतरांपासून दुरावला जातो. तो त्यांना पाहू शकतो. त्यांचे विचार समजू शकतो पण लोक त्याला पाहू शकत नाहीत आणि ऐकूही शकत नाहीत. इतर लोकांबरोबरचा त्याचा संवाद पूर्णपणे थांबतो. आध्यात्मिक शरीर सघन नसल्यामुळे स्पर्शाची जाणीवही नष्ट होते. त्यामुळेच या स्थितीत अलग झाल्याची आणि एकटेपणाची खोलवर जाणीव झाली तर नवल काय? एका माणसाला दवाखान्यातले डॉक्टर, नर्स, इतर काम करणारे लोक, सगळे दिसत होते पण तो त्यांच्याशी बोलू शकत नव्हता. त्यामुळे इतकी माणसं भोवती असूनही तो म्हणाला, 'मला खूप एकटं वाटलं.' ही एकटेपणाची तीव्र जाणीव या काळात झाल्याचं मला बऱ्याच जणांनी सांगितलं.

माझ्या अनुभवात माझ्याबाबत जे काही घडत होतं, ते अतिशय सुंदर पण अवर्णनीय होतं. हे इतरांनीही पाहावं असं मला फार वाटत होतं. मी हे कधीच कोणाला सांगू शकणार नाही, असंही मला वाटलं. हा माझा अनुभव माझ्याबरोबर घ्यायला, कोणीतरी इथे हवं होतं असं वाटलं आणि मला फार एकटेपणा जाणवला. पण तिथे कोणीही येऊ शकणार नाही. हे मला माहिती होतं आणि त्यामुळेच मी खूप निराश झालो.

दुसरा अनुभव पाहा –

मी कशालाही स्पर्श करू शकत नव्हतो, कोणाशीही बोलता येत नव्हतं. हा अगदी छान एकांत होता, अगदी पूर्ण विजनवास. मी अगदी एकटा. माझा मीच आहे, ही जाणीव छान होती.

आता हा अनुभव पाहा –

हे सगळं घडतंय यावर माझा विश्वासच बसत नव्हता. मला खूप आश्चर्य वाटत होतं. मला कसलीही काळजी किंवा खंत वाटत नव्हती. 'माझे आईवडील आता एकटे पडतील, त्यांना किती दुःख होईल. मी त्यांना परत पाहू शकणार नाही' असे विचार माझ्या मनाला शिवलेदेखील नाहीत.

हा पूर्णवेळ मी एकदम एकटा होतो, जसंकाही दुसऱ्या ठिकाणाहून आलेला मी एखादा पर्यटक आहे. त्या अवस्थेत असं वाटत होतं, की सर्व नाती संपली आहेत. तिथे कोणाविषयी प्रेम वगैरे अशी भावनाच नव्हती, सर्व काही खूपच भावनाशून्य प्रकारचं होतं, मला नक्की नाही कळत कसं होतं ते सगळं.

मृत्यूच्या जास्तीत जास्त जवळ जाण्याच्या या अनुभवात मरणाऱ्या व्यक्तीची एकटेपणाची भावना लवकरच नाहीशी होते. कारण इतर लोक या संक्रमणप्रक्रियेत मदत करण्यासाठी येतात. ते कदाचित आत्म्याच्या स्वरूपात असतील. ती व्यक्ती जिवंत असताना त्याचे जे नातेवाईक, मित्र, परिचित मृत पावले होते, त्यांचे आत्मे त्याला इथे भेटतात. मी ज्यांच्याशी बोललो त्यातल्या बहुसंख्य घटनांमध्ये वेगवेगळ्या वैशिष्ट्यांसह हे आत्मे भेटायला आलेले त्यांनी सांगितले. पुढच्या भागात आपण काही अशा घटना पाहणार आहोत.

इतरांशी भेट

मृत्यू होत असताना एका विशिष्ट वेळी – कधी या अनुभवाच्या अगदी सुरुवातीलाच किंवा कधी इतर घटना घडून गेल्यावर – त्यांना त्यांच्या आसपास इतर आत्म्यांचं अस्तित्व जाणवल्याचं बऱ्याच जणांनी सांगितलं. या संक्रमणकाळात ते आत्मे मदत करत होते. तर काही त्या

घटनेत 'तुझी मृत्यूची वेळ अजून आली नाही, तुला परत जावं लागेल,' असं सांगत होते.

माझ्या प्रसूतीच्या वेळी मला हा अनुभव आला. बाळंतपण फार अवघड होतं आणि मला बराच रक्तस्राव झाला होता. डॉक्टरांनी अगदी हात टेकले. माझ्या नातेवाइकांना मी मृत झाले असं त्यांनी सांगितलेलं मी ऐकलं आणि मलाही तसंच वाटलं. जेव्हा मला वाटलं, की मी मेलेय; तेव्हा बरेच लोक अगदी पुष्कळ संख्येनं छताजवळ जमा झालेले दिसले. मी त्या सगळ्यांना ओळखत होते पण ते तर कधीच मरण पावले होते. मी माझ्या आजोबांना आणि माझ्या शाळेतल्या एका मुलीला ओळखलं. माझे इतर मृत नातेवाईक आणि मित्रही दिसत होते. मला फक्त त्यांचे चेहरे दिसत होते आणि त्यांचं अस्तित्व जाणवत होतं. त्यांना खूप आनंद झाला होता. तो खूप आनंदाचा प्रसंग होता. जणू काही मी घरी आलेय, आणि ते सगळे माझ्या स्वागतासाठी आले असून मला मार्गदर्शन करणार आहेत. माझं रक्षण करणार आहेत. मला खूप हलकंफुलकं आणि छान वाटत होतं. खूपच सुंदर आणि तेजस्वी क्षण होता तो!

एका माणसानं त्याची आठवण सांगितली –

माझा मृत्यू होण्यापूर्वी कितीतरी दिवस (आठवडे) आधी माझ्या मित्राचा – बॉबचा खून झाला होता. ज्या क्षणी मी माझ्या शरीराबाहेर पडलो, त्याक्षणी बॉब माझ्या अगदी जवळ उभा असल्याचं मला जाणवलं. माझ्या मनात मी त्याला पाहू शकत होतो आणि मला असं वाटलं की तो तिथेच होता. हे जरा विचित्रच वाटलं कारण मला तो त्याच्या शरीररूपात दिसला नाही. तो जसा दिसायचा तसाच अगदी स्पष्ट दिसत होता. पण शरीररूपात नाही. काही लक्षात येतंय का? तो तिथंच होता पण त्याचं शरीर तिथे नव्हतं. मला त्याचे हात-

पाय, इतर अवयव असल्यासारखं जाणवत होतं. पण मी त्याचं शरीर पाहत नव्हतो. मला तेव्हा ते काही विचित्र वाटलं नाही. कारण त्याला डोळ्यांनी बघण्याची गरज मला वाटली नाही. मला तरी डोळे कुठं होते म्हणा!

मी त्याला विचारत होतो, 'बॉब, मी आता कुठे जाऊ? काय झालंय? मी मेलोय की नाही?' पण त्याने एका शब्दानंही उत्तर दिलं नाही. पण मी हॉस्पिटलमध्ये असताना तो नेहमी तिथे असायचा आणि मी त्याला विचारत असे, 'हे काय चाललं आहे?' आणि ज्यादिवशी डॉक्टर म्हणाले, 'मी आता वाचू शकेन,' त्यादिवशी बॉब मला सोडून गेला. मला नंतर तो दिसलाही नाही आणि त्याचं अस्तित्वही जाणवलं नाही. जणू काही मी ती शेवटची सीमारेषा ओलांडण्याची तो वाट पाहत होता. ती ओलांडल्यावर तो नक्की काय घडलंय, पुढे काय करायचंय, हे मला सविस्तर सांगणार होता.

इतर काही घटनांमध्ये हे आत्मे ओळखीच्या लोकांचे नव्हतेच. ते कोणी अनोळखी लोक होते. एका बाईनं तिच्या अशारीर स्थितीत स्वतःचा पारदर्शक नवा देह तर पाहिलाच पण तसाच दुसरा एक देहही पाहिला. तो दुसरा देह नुकत्याच मेलेल्या माणसाचा होता पण ती त्याला ओळखत नव्हती. पण तिनं एक रोचक विधान केलं. 'मला तो माणूस दिसला नाही. त्याचं किंवा त्या आत्म्याचं वय काय असेल, हे जाणवतच नव्हतं आणि मला काळाचंही कसलंच भान नव्हतं.'

काही लोकांना हे आत्मे त्यांचे मार्गदर्शक किंवा त्यांचा सांभाळ करणारे देवदूत असल्याचा विश्वास वाटला. एका माणसाला एका आत्म्यानं सांगितलं, 'मी तुझ्या या स्थितीपर्यंत तुला मदत केली आहे. आता मी तुला दुसऱ्याकडे सोपवतो.' एका बाईनं सांगितलं, जेव्हा ती तिचं शरीर सोडत होती; तेव्हा दोन आत्म्यांच्या अस्तित्वाची तिला जाणीव झाली. त्यांनी त्यांची ओळख 'आध्यात्मिक मदतनीस' अशी करून दिली.

अशाच आणखी दोन घटनांमध्ये त्या माणसांना 'तुम्ही अजून मेलेले

नाही. तुम्हाला परत जायला हवं' असे आवाज ऐकू आले. त्यापैकी एका माणसानं सांगितलं -

'मी एक आवाज ऐकला पण तो कोणा माणसाचा नव्हता. पण मानवी क्षमतेच्या पलीकडच्या त्या आवाजानं मला सांगितलं, की तू परत जायला हवं. मला परत माझ्या शरीरात येण्याची अजिबात भीती वाटली नाही.'

हे आध्यात्मिक आत्मे अस्पष्ट असे स्वरूप घेतलेले असतात, धुक्यासारखे किंवा तसेच काहीतरी.

> *मी जेव्हा मृतप्राय झालो, तेव्हा मी लोकांशी बोललो म्हणजे खऱ्याखुऱ्या जिवंत माणसांशी नाही पण माझ्याभोवती काही माणसं आहेत अशी जाणीव मला होत होती. मला त्यांचं अस्तित्व, त्यांची हालचाल जाणवत होती. पण मला काहीच दिसत नव्हतं. मी सारखा त्यांच्यापैकी कोणाशी तरी बोलत होतो पण कोणालाच पाहू शकलो नाही. हे काय चाललंय, असं जेव्हा मला वाटत होतं, तेव्हा त्यांच्यापैकी कोणीतरी सांगत असे, 'सगळं ठीक आहे. तू मरतो आहेस पण पुढे सगळं छान होणार आहे.' त्यामुळे माझ्या त्या अवस्थेची मला काहीच चिंता नव्हती. मी जे जे प्रश्न विचारत होतो, त्यांची उत्तरं मला मिळत होती. त्यांनी माझं मन रिकामं ठेवलं नाही.*

प्रकाशरूपी आत्मा

मी अभ्यास केलेल्या सर्व घटनांमध्ये एक घटक समान आढळला आणि त्याचा खोलवर प्रभाव प्रत्येक व्यक्तीवर पडला; तो म्हणजे अतिशय तीव्र प्रकाशाचं दर्शन. सुरुवातीला हा प्रकाश मंद असतो. पण तो जलदगतीनं तीव्र होत जातो आणि अलौकिक प्रखर होतो. जरी हा प्रकाश (त्याला नेहमी पांढरा किंवा स्वच्छ म्हटलं जातं) अतिशय प्रखर असला तरी त्याचा डोळ्याला अजिबात त्रास होत नाही. किंवा डोळ्यांना दिपवूनही टाकत नाही. त्यामुळे आसपासच्या इतर गोष्टी दिसणं शक्य असतं. (याचं कारण कदाचित हे असू शकतं की त्या क्षणी त्या लोकांकडे बघण्यासाठी त्यांचे

'भौतिक डोळे' नसतातच.)

प्रकाशाचं जरी हे असामान्य (असाधारण) स्वरूप असलं तरी कोणालाही - अगदी एकाही माणसाला - तो प्रकाशाच्या स्वरूपात 'आत्मा' किंवा 'एक अस्तित्व' असल्याबद्दल शंका नव्हती. इतकंच नव्हे तर त्या आत्म्याला एक स्वरूप, एक ठाशीव व्यक्तिमत्त्व असतं. त्या प्रकाशमयी अस्तित्वामधून मरणाऱ्या व्यक्तीसाठी प्रसारित होणारं अपार प्रेम आणि मायेची ऊब अक्षरशः शब्दांच्या पलीकडे असते. या प्रेमापोटी त्या प्रकाशाने आपल्याला वेढून घेतलं आहे, उचलून जवळ घेतलं आहे आणि आपला पूर्णपणे बिनशर्त स्वीकार केला आहे, असं त्या मृत व्यक्तीला वाटतं. ती व्यक्ती या प्रकाशाच्या सान्निध्यात अतिशय शांततेचा अनुभव करते. तिला त्या प्रकाशाबद्दल अनावर आकर्षण वाटतं आणि ती त्याच्याकडे आवेगाने खेचली जाते.

गमतीचा भाग म्हणजे या प्रकाशाचं वर्णन अगदी अक्षरशः तंतोतंत जुळणारं असलं तरी त्याला ओळखण्याची पद्धत मात्र व्यक्तिगणिक बदलताना दिसते. त्या व्यक्तीची धार्मिक पार्श्वभूमी, त्याचे संस्कार, त्याचा विश्वास या साऱ्यांचा यावर परिणाम होत असतो. ज्यांना ख्रिस्ती धर्माची शिकवण मिळाली, त्यांना तो प्रकाश येशू ख्रिस्तासारखा भासला. त्यांनी मला त्यांच्या वक्तव्याच्या पुष्ट्यर्थ बायबलमधील काही साधर्म्य दाखविणाऱ्या गोष्टी सांगितल्या. एक ज्यू माणसानं आणि एका बाईनं त्या प्रकाशाला देवदूत मानलं. अर्थात दोन्ही प्रकारच्या लोकांना त्या प्रकाशाला मानवासारखं शरीर असून पंख आहेत, तो वाद्य वाजवतोय, असं अजिबात म्हणायचं नव्हतं. तिथे फक्त प्रकाश होता. त्यांना एवढंच म्हणायचं होतं, की तो प्रकाशरूपी आत्मा त्यांचा मार्गदर्शक होता. ज्या लोकांना पूर्वी कोणत्याच धर्मपंथाची शिकवण नव्हती किंवा त्यांचा तसा विश्वास नव्हता, त्यांनी फक्त प्रकाशरूपी ईश्वर असंच त्याचं वर्णन केले, पण जे ख्रिश्चन होते त्यांना तो ख्रिस्तच वाटला.

या दर्शनानंतर प्रकाश त्या व्यक्तीशी संवाद साधू लागतो. हा संवाद आपण पूर्वी पाहिल्याप्रमाणे जसा आध्यात्मिक देह आजुबाजूच्या लोकांचे

विचार जाणतो, त्याच प्रकारचा असतो, हे लक्षात घ्यायला हवं. इथेही प्रकाशाकडून बोलण्याचा आवाज किंवा ध्वनी ऐकू येत नाही, असंच लोकांनी सांगितलं. आणि त्या लोकांनीही बोलण्यातून प्रतिसाद दिला नाही. हा संवाद म्हणजे विचारांची सलग होणारी देवाणघेवाण असते. पण ही देवाणघेवाण इतकी स्पष्ट असते, की त्यात काही लपवण्याचा, गैरसमज होण्याचा, खोटं बोलण्याचा प्रश्नच उद्‌भवत नाही.

यात अजून आश्चर्य म्हणजे, हा नि:शब्द संवाद त्या व्यक्तीच्या मातृभाषेतून होत नाही. तरीदेखील त्याला तो सुयोग्य पद्धतीनं आणि क्षणाचाही विलंब न लागता कळतो. पुनरुज्जीवित झाल्यावर देवाणघेवाण झालेले ते विचार मानवी भाषेत भाषांतरित करून शब्दबद्ध करणं त्याला शक्यच होत नाही.

हा नि:शब्द संवाद शब्दात सांगणं किती अवघड आहे, हे अनुभवाच्या पुढच्या टप्प्यावरून लक्षात येईल. प्रकाश, ज्या माणसापुढे नाट्यमय रीतीनं येतो, त्याला काही विचार पाठवतो. मी ज्या लोकांशी बोललो, त्यांनी हा विचार प्रश्नार्थक स्वरूपात मांडला. त्यांनी सांगितल्यापैकी काही प्रश्न - 'तुम्ही मृत्यूसाठी तयार आहात का? तुझी मरण्याची तयारी आहे का? मला दाखवण्यायोग्य तुम्ही आयुष्यात काय केलंय?' तुम्ही तुमच्या आयुष्यात जे केलंय ते पुरेसं आहे का? अशा काहीशा स्वरूपात असतात.

पहिल्या दोन प्रश्नांमध्ये मृत्यूसाठीच्या 'तयारी'वर भर दिला आहे तर दुसऱ्या दोन प्रश्नांमध्ये आयुष्यात काय 'संपादन' केलं आहे किंवा काय 'कमावलं' आहे, यावर भर दिला आहे. पण मला वाटतं, एका बाईंनी सांगितलेल्या त्यांच्या अनुभवातील हा विचारच बऱ्याच जणांनी बोलून दाखवला.

सर्वांत प्रथम त्यांनी मला जे विचारलं त्याचा अर्थ जवळपास असा होता की, मी मृत्यूला तयार आहे का? किंवा मी माझ्या आयुष्यात असं काय केलंय जे मी त्याला दाखवू शकते?

अगदी कितीही वेगळ्या पद्धतीने हे 'प्रश्न' मांडले गेले, तरीही त्या सर्व प्रश्नांचा अर्थ जवळपास एकच होता. उदाहरणार्थ, एक माणूस त्याच्या

मृतावस्थेबाबत सांगताना म्हणाला –

तो प्रकाश मला विचारत होता, 'याचं मूल्य तेवढं आहे का?'
याचाच अर्थ मी त्या दिवसापर्यंत ज्या प्रकारचं आयुष्य जगलो,
ते त्या दर्जाचं आहे, असं मला वाटतंय का?

शेवटी संगनमतानं सर्वांनी आवर्जून हे सांगितलं, की हा प्रश्न भावनिक दृष्ट्या अतिशय महत्त्वाचा किंवा 'अंतिम' प्रश्न वाटत असला तरी हा जाब विचारण्याच्या दृष्टीनं विचारला गेला नव्हता. प्रकाशाकडून तो प्रश्न त्यांना घाबरवण्यासाठी किंवा त्यांना दोषी ठरवण्यासाठी विचारला जात नाही. शिवाय त्याचं उत्तर काहीही असलं तरी प्रकाशाकडून मिळणारं प्रेम आणि जिव्हाळा यात किंचितही फरक पडत नाही, असंही त्यांनी सांगितलं. उलटपक्षी हा प्रश्न त्यांना त्यांच्या आयुष्यावर विचार करण्यासाठी प्रवृत्त करणारा असतो, त्यातून त्यांना बाहेर काढण्यासाठी केलेला उपाय असतो. हा जणू काही सॉक्रेटिक पद्धतीचा प्रश्न असतो. हा प्रश्न माहिती मिळवण्यासाठी विचारलेला नसतो, तर त्या व्यक्तीला स्वतःहून सत्याकडे जायला मदत करण्यासाठी विचारलेला असतो. त्या विलक्षण प्रकाश आत्म्याबद्दलचे हे पुढील काही अनुभव –

१. जेव्हा डॉक्टरांनी मला मृत घोषित केल्याचं मी ऐकलं, तेव्हा मी एका बंदिस्त अंधाऱ्या जागेत तरंगतो आहे, असं मला जाणवलं. नक्की काय होतंय, ते शब्दात सांगता येणार नाही. सगळीकडे गडद अंधार होता. फक्त एके ठिकाणी मला प्रकाश दिसला, खूप तेजस्वी प्रकाश. सुरुवातीला छोटा होता मग मोठामोठा होत माझ्याजवळ आला.

मी त्या प्रकाशाला स्पर्श करण्याचा प्रयत्न करत होतो. मला वाटलं, तो येशू ख्रिस्त आहे. मी त्याच्याजवळ जाण्याची धडपड करत होतो. त्यावेळी मला अजिबात भीती वाटत नव्हती. उलट तो काहीसा सुखद अनुभव होता. मी ख्रिश्चन असल्यानं मला तो प्रकाश येशू ख्रिस्ताप्रमाणेच वाटला. तो म्हणत होता, 'मी जगाचा प्रकाश आहे.'
आणि मी स्वतःशीच बोललो, 'जर हाच अंत असेल आणि मी खरंच मरणार असेन, तर त्या प्रकाशाच्या रूपात माझी कोण वाट पाहतंय,

हे मला माहिती आहे.'

२. मी उठलो आणि हॉलमध्ये ड्रिंक बनवण्यासाठी गेलो. त्यानंतर मी अचानक शक्तिहीन झालो आणि कोसळलो, त्यांनी मला नंतर सांगितलं की त्या क्षणी माझं आतडं (अपेंडिक्स) फुटलं होतं. कोसळल्यानंतर माझ्या आत्म्याची शरीरात हेलकाव्याप्रमाणे ये-जा चालू असल्याचं मला जाणवलं. सुंदर संगीत ऐकू येत होतं. मी तरंगत हॉलमधून बाहेर पडून खाली आलो. दारातून बाहेर व्हरांड्याच्या काचेपाशी आलो. तेवढ्यात एक गुलाबी धुक्याचा ढग माझ्याभोवती जमा झाला आणि मग मी सरळ त्या काचेतून बाहेर पडलो, जणूकाही ती काच तिथं नव्हतीच. बाहेर पडताच मी स्फटिकाप्रमाणे शुभ्र प्रकाशात पोहोचलो. तो स्वच्छ प्रकाश खूप तेजस्वी आणि तीव्र होता, पण माझ्या डोळ्यांना त्याचा अजिबात त्रास होत नव्हता. आपल्या जगात उपलब्ध असलेल्या कोणत्याही प्रकाशाची उपमा त्याला देता येणार नाही. मला त्या प्रकाशात कोणी दिसलं नाही पण त्या प्रकाशाचं स्वतःचं एक व्यक्तिमत्त्व निश्चितच होतं. तो पूर्णपणे उत्तम सामंजस्य आणि परिपूर्ण प्रेमाचा प्रकाश होता. 'तुझं माझ्यावर प्रेम आहे का?' त्या प्रकाशानं विचारलं; पण मला वाटतं, त्याचा गर्भितार्थ असा होता, की जर 'तुझं माझ्यावर प्रेम असेल तर परत जा आणि तू जीवनात जे काम सुरू केलं आहेस, ते पूर्ण कर.' या दरम्यान मला अतिशय प्रेम आणि जिव्हाळ्यानं घेरून टाकलं होतं.

३. मी मरतोय हे मला समजत होतं तरी काहीच करता येत नव्हतं. कारण कोणालाच माझं बोलणं ऐकू जात नव्हतं. मी माझ्या शरीराबाहेर होतो, यात शंकाच नाही कारण मी माझं शरीर ऑपरेशन टेबलवर पडलेलं पाहत होतो. माझा आत्मा बाहेर होता! सुरुवातीला मला वाईट वाटलं पण नंतर तो देदीप्यमान प्रकाश प्रकट झाला. सुरुवातीला मंद वाटणारा तो प्रकाश नंतर लखलखत्या प्रचंड स्तंभाप्रमाणे दिसू लागला. खूपच तेजस्वी होता तो! फ्लॅशलाईटसारखा प्रखरही नाही पण तेजोमय प्रकाश होता. त्यानं मला ऊब दिली. मला खूप उबदार वाटलं. तो तेजस्वी पिवळसर पांढरा-जास्त पांढरा प्रकाश होता.

इतका तेजस्वी की त्याचं शब्दांत वर्णन करताच येणार नाही. मी सांगूच शकत नाही. जणू काही तो सर्वत्र पसरला होता. पण मी मात्र डॉक्टर, नर्स, ऑपरेशन टेबल सगळं काही पाहू शकत होतो. अगदी स्पष्ट दिसत होतं मला. हा डोळे दिपवणारा प्रकाश नक्कीच नव्हता.

पहिल्यांदा प्रकाश जवळ आला तेव्हा काय होतंय, हे मला कळतच नव्हतं. पण नंतर त्यानं 'मी मरायला तयार आहे का?' अशा तऱ्हेचं काहीतरी विचारलं. एखाद्या व्यक्तीशी बोलण्यासारखंच होतं ते, पण व्यक्ती मात्र अस्तित्वात नव्हती. प्रकाशच माझ्याशी बोलत होता, पण एका विशिष्ट आवाजात.

आता मला असं वाटतंय, की मी मरायला तयार नाही हे त्या आवाजानं ओळखलं असावं. ही एकप्रकारे माझी परीक्षाच होती. दुसरं काय सांगू? प्रकाशानं माझ्याशी बोलणं सुरू केलं, त्या क्षणापासूनच मला खूप चांगलं, सुरक्षित आणि अतिशय प्रेममय वाटू लागलं. त्या प्रकाशाकडून माझ्याकडे येणारं प्रेम खरंच कल्पनेपलीकडचं आणि अवर्णनीय होतं. त्याच्या सान्निध्यात असणं आनंददायी होतं आणि त्याला विनोदबुद्धीही होती – निश्चितच!

आढावा (सिंहावलोकन)

प्रकाशाचा हा निःशब्द संवाद, त्यानं चाचपणी करण्यासाठी विचारलेले प्रश्न हे पुढच्या आश्चर्यचकित करणाऱ्या घटनांची नांदीच असते. हा प्रकाश त्या व्यक्तीला त्याच्याच आयुष्याचा चलतपट दाखवतो. प्रकाश त्या व्यक्तीचं सर्व आयुष्य पाहतोच त्यामुळे अर्थातच त्याला इतर कोणत्याही माहितीची गरज नसते. त्या व्यक्तीच्या आयुष्याचं प्रतिबिंब त्याला दाखवणं एवढाच त्याचा उद्देश असतो.

या आयुष्याच्या प्रतिबिंबाचं वर्णन स्मरण स्वरूपात करता येईल. त्या खरंच आयुष्यातील घटनांच्या आठवणीच असतात, पण त्या वैशिष्ट्यपूर्ण असतात. नेहमीच्या आठवणींपेक्षा वेगळ्या तऱ्हेच्या असतात. एकतर त्या अतिशय (असाधारण) वेगवान, जलद असतात. मानवी शब्दात त्यांचं वर्णन करायचं तर त्या अनुक्रमानं एकामागून एक भराभर येत राहतात. काही

जणांना आठवणींचा क्रम जाणवला नाही. कारण त्या तात्कालिक असतात. सगळं आयुष्य एकदमच समोर येतं आणि एका दृष्टिक्षेपातच बघितलं जातं. सर्वानुमते तो अगदी क्षणिक (आपल्या काळानुसार) अनुभव असतो.

अतिशय वेगवान असूनही तो चलतपट अगदी खरा, हुबेहूब दृश्य दाखवणारा होता, असं माझ्याशी बोलताना बहुतेकांनी सांगितलं. काही जणांना ती दृश्यं ठळक रंगात, त्रिमित आणि हलती दिसली. जरी ती फडफडत, वेगात सरकणारी असली, तरी पूर्णपणे ओळखता येणारी, समजणारी होती. ती पाहत असताना त्यांच्याशी आनुषंगिक भावना, जाणिवा पुन्हा एकदा अनुभवल्याचं अनेकांना जाणवलं.

मी ज्यांच्याशी बोललो, त्यांना खरंतर त्या अनुभवाचं पुरेसं वर्णन करता आलं नाही, पण बहुतेकांनी सांगितलं, की त्यांनी आत्तापर्यंत आयुष्यात जे जे काही केलं, अगदी क्षुल्लक गोष्टींपासून ते अगदी महत्त्वाच्या अर्थपूर्ण गोष्टींपर्यंत, प्रत्येक गोष्ट त्यांनी पाहिली. काहीजण म्हणाले, आयुष्यातल्या फक्त महत्त्वाच्या घटनांची झलक त्यांना दिसली. काहीजणांनी आयुष्याचा तो चलतपट पाहण्याच्या अनुभवानंतर (भौतिक शरीरात परतल्यावर) काही काळ काही खूप जुन्या घटनासुद्धा (आठवणी) अगदी सविस्तर सर्व बारकाव्यांसहित आठवत असल्याचं सांगितलं.

काहीजणांना हा अनुभव म्हणजे प्रकाशानं त्यांना जीवनाचे धडे शिकवण्यासाठी केलेले प्रयत्न वाटले. हा अनुभव म्हणजे प्रकाशानं दिलेलं शिक्षणच असल्याचं त्यांनी सांगितलं. स्वतःच्या आयुष्याचा चलतपट पाहताना प्रकाशरूपी आत्मा मुख्यतः दोन महत्त्वाच्या गोष्टींवर भर देत असल्याचं त्यांना जाणवलं. एक म्हणजे इतरांवर प्रेम करण्याची शिकवण आणि दुसरं म्हणजे ज्ञानप्राप्ती.

आता एका मुलीचा प्रातिनिधिक अनुभव पाहू –

जेव्हा तो प्रकाश माझ्यासमोर आला, तेव्हा सर्वांत प्रथम त्यानं विचारलं, मला दाखवण्यायोग्य तू तुझ्या आयुष्यात काय केलंस? किंवा अशाच काहीतरी अर्थाचं होतं. मग हा मागोवा सुरू झाला. मला वाटलं, हे काय चाललंय? मी अचानक

माझ्या बालपणात पोहोचले. नंतर जणूकाही मी एकेक वर्ष पार करत आत्तापर्यंत पोहोचले.

हे सुरू झालं तेव्हा मला जरा विचित्रच वाटलं. तेवढ्यात मी लहान असताना घराजवळच्या एका ओढ्याजवळ खेळत असलेलं दृश्य दिसलं. त्यावेळेपासूनचे इतर अनेक प्रसंग एकामागून एक दिसू लागले. माझ्या बहिणीबरोबरचे प्रसंग, माझ्या शेजाऱ्यांबरोबरच्या गोष्टी, मी जिथे जिथे गेले त्या सगळ्या जागा. मी बालवाडीत असताना माझं एक आवडतं खेळणं जेव्हा तुटलं, तेव्हा मी खूप वेळ रडत बसले होते ते दृश्य! त्याक्षणी तो माझ्यासाठी खूप दु:खाचा क्षण होता!

तो चलतपट पुढे चालू राहिला. मी मुलींच्या स्काऊटमध्ये होते, एका शिबिरात गेले होते. माझ्या शाळेतले सगळे प्रसंग दिसले. शालेय पातळीवरच्या सर्वोच्च सन्मानाकरिता माझी निवड झाली होती. मी कनिष्ठ महाविद्यालयात गेले. पुढे महाविद्यालयातून पदवी मिळवतानाची पहिली काही वर्षंही मी पाहिली. आणि मी आता जिथे होते तिथपर्यंत येऊन पोहोचले.

माझ्या आयुष्यात जशा घटना घडल्या होत्या, तशाच तंतोतंत मला दिसल्या. जणूकाही घराबाहेर पडून आपण एखादं दृश्य बघतोय तसंच, ते पूर्णपणे त्रिमित आणि रंगीत दृश्य होतं. ते हलतही होतं. मी जेव्हा खेळणं तोडत होते, तेव्हा त्यातली प्रत्येक हालचाल मला स्पष्ट दिसत होती. हे सगळं मी माझ्याच दृष्टिकोनातून पाहत होते, असं मात्र नाही. मी एक छोटीशी मुलगी पाहत होते, जी इतर अनेक मुलांमध्ये खेळत होती पण ती मुलगी मीच होते. हे थोडंसं एखादा सिनेमा बघितल्यासारखं वाटत होतं आणि तिथे मी स्वतःचं लहानपण बघत होते. लहान असताना मी ज्या गोष्टी केल्या, त्या सर्व करताना मी पाहत होते. अगदी त्याच सगळ्या गोष्टी, कारण त्या गोष्टी मला आठवतही होत्या.

मी जेव्हा माझ्या आयुष्याचा मागोवा घेत ती दृश्यं पाहत होते, तेव्हा मात्र मला प्रकाश दिसलाच नाही. जेव्हा चलतचित्र सुरू झालं तेव्हा तो दिसेनासा झाला होता पण तो माझ्याबरोबरच होता याची जाणीव मला होती, अगदी पूर्णवेळ. तो जणूकाही मला माझ्या आयुष्यातून फिरवून आणत होता. तो तिथंच होता कारण माझ्या आयुष्यातल्या प्रसंगांबद्दल तो काहीतरी बोलत होता. प्रत्येक घटनेत तो मला काहीतरी दाखवू पाहत होता. मी काय केलंय, हे त्याला पाहण्यात रुची होती, असं अजिबात नाही; कारण ते सगळं त्याला आधीच माहीत होतं. तो माझ्या आयुष्यातल्या काही ठराविक गोष्टी मला दाखवून पुन:पुन्हा आठवून देत होता.

या सगळ्या काळात सतत तो प्रेमाचंच महत्त्व सांगत होता. काही खूप महत्त्वाच्या घटना दाखविल्या ज्या माझ्या बहिणीशी निगडित होत्या. ती मला खूप जवळची होती. मी माझ्या बहिणीशी क्वचित प्रसंगी स्वार्थीपणाने वागल्याचंही मला दिसलं, पण अनेक वेळा मी तिच्यावर निरातिशय प्रेम केलंय, सगळं सगळं तिच्याशी वाटून घेतलंय. मी इतरांसाठी काहीतरी करण्याचा आटोकाट प्रयत्न करायला हवा, असं तो मला सांगत होता. यात कोणताही दोषारोप केलेला नव्हता. मी जेव्हा स्वार्थीपणाने वागल्याचं त्यानं मला दाखवलं, तेव्हा सुद्धा मी काहीतरी शिकतच होते असं त्याचं म्हणणं होतं.

त्याला ज्ञानाच्या बाबतीतही खूप रस असल्याचं जाणवलं. मला शिक्षणाबाबत काय करायला हवं, हे तो सांगत होता. मी शिक्षण पूर्ण करणार आहे, हे देखील त्यानं सांगितलं. तो जेव्हा परत मला भेटेल तेव्हासुद्धा तुझा ज्ञानाचा शोध चालूच असणार आहे असं त्यानं सांगितलं. (कारण आतापर्यंत मी पुन्हा जिवंत होणार असल्याचं त्यानं सांगितलं होतं.) ज्ञान ही एक सतत चालणारी प्रक्रिया आहे, मला असं वाटलं. मृत्यूनंतरही ही प्रक्रिया चालूच राहते, माझ्या आयुष्यातल्या

घटना दाखवून तो मला हेच ज्ञानाचे काही धडे शिकविण्याचा प्रयत्न करीत होता.

हे सगळं खरंच विचित्र वाटत होतं. मी तिथेच होते. गतायुष्यातल्या घटना पाहत, जणूकाही मी त्या पुन्हा जगत होते. हे सगळं इतक्या वेगानं घडत होतं, तरीसुद्धा मला समजून घेता येईल अशातऱ्हेनं चाललं होतं. पण फारसा वेळ लागलाच नाही. माझा विश्वासच बसत नव्हता. मला असं वाटलं, की प्रकाश आला, तो गायब झाला. मी या सगळ्या घटनांमधून फिरले आणि पुन्हा प्रकाश दिसला. कदाचित हा काळ तीस सेकंदांपेक्षा जास्त पण पाच मिनिटांपेक्षा कमी असावा. निश्चितपणे मला सांगता येणार नाही.

पण मला जेव्हा समजलं, की माझं आयुष्य इथंच संपत नाही तेव्हा एकदाच मला भीती वाटली. गतआयुष्य बघतानाचा अनुभव खूपच छान होता. मला मजा आली. माझ्या बालपणात जाऊन ते पुन्हा जगत असल्याप्रमाणं वाटलं. एरवी अशी आपल्या गतआयुष्याची झलक कुठे बघायला मिळते?

मला मिळालेल्या काही अहवालांमध्ये गतआयुष्याचे चलतचित्र दिसले पण प्रकाश मात्र दिसलाच नाही, असं सांगणाऱ्या घटनाही आहेत. साधारणपणे हे लक्षात येतं की, ज्या अनुभवांमध्ये प्रकाशानं गतआयुष्याची झलक दाखवली, तिथे ती जास्त प्रभावी दिसली. तरीदेखील सर्वच अनुभवांमध्ये ही झलक अतिशय ठळक आणि वेगवान होती, ती अतिशय तंतोतंत घटना दाखवणारी होती. त्यासाठी प्रकाशाचं अस्तित्व असो वा नसो, माणूस पूर्ण मृत असो वा मरणासन्न असो, त्यानं काहीच फरक पडला नाही.

या सगळ्या आवाजानंतर आणि गडद काळोख्या बोगद्यातून वेगानं गेल्यानंतर, बोगद्याच्या टोकाशी मला माझ्या आयुष्यातील घटनांची झलक पाहायला मिळाली. म्हणजे दृश्य स्वरूपात नाही तर विचारांच्या रूपात, असं मला वाटतं, मला

नक्की सांगता येणार नाही. माझ्या बालपणापासूनचं पूर्ण आयुष्य एका दृष्टिक्षेपात समोर आलं. एकामागोमाग एक नाही तर सगळंच्या सगळं अखंड आयुष्य एका क्षणात समोर आलं. माझ्या आईचा विचार मनात आला. मी केलेल्या चुकीच्या गोष्टीही मला दिसल्या. मी जेव्हा जेव्हा लहानपणी स्वार्थीपणाने वागले त्या घटनाही मला दिसल्या. तेव्हा आईवडिलांची फार आठवण आली. मी असं वागायला नको होतं असं वाटतं. मला असंही वाटलं, की मी परत भूतकाळात मागे जावं आणि त्या सर्व चुका दुरुस्त कराव्यात.

पुढच्या दोन घटनांमध्ये जरी वैद्यकीय दृष्ट्या मृत्यू झाला नसला तरी या अनुभवाच्या वेळी शारीरिक वेदना, जखमा झाल्या होत्या.

ती परिस्थिती तशी अचानकच उद्भवली. मला जवळजवळ दोन आठवडे ताप होता. पण त्या रात्री माझी तब्येत वेगाने खालावत गेली. मी पलंगावर पडलो होतो. अवस्था अतिशय बिकट होती. मला माझ्या बायकोला उठवून सांगायचं होतं पण मला अजिबात हलता येत नव्हतं. त्यानंतर मी एका अंधाऱ्या पोकळीत आल्यासारखं मला वाटलं आणि अचानक माझं गतआयुष्य माझ्या समोर झळकलं. मी सहा-सात वर्षांचा असेन, तेव्हाचा प्राथमिक शाळेतला माझा एक चांगला मित्र मला दिसला. मी हायस्कूलमध्ये गेलो. कॉलेजमध्ये गेलो. पुढे दंतवैद्य झालो आणि व्यवसाय करू लागलो, हे सगळं दृश्य दिसलं.

त्यावेळी मी मरतोय, हे मला समजत होतं. मला माझ्या कुटुंबाकरिता किती गोष्टी करायच्या आहेत, असा विचार केल्याचं मला आठवतंय. मी तेव्हा चिंतेत बुडून गेलो आणि खूप दुःखी झालो, कारण मी मरत होतो आणि माझ्या आयुष्यात मी अशा बऱ्याच गोष्टी केल्या होत्या, ज्यांचा मला तेव्हा पश्चात्ताप होत होता आणि काही गोष्टी अपूर्ण ठेवल्याचा

किंवा न केल्याचाही मला पश्चात्ताप होत होता.

गतआयुष्याची ही झलक मानसिक चित्रमालिकेप्रमाणे होती. पण ती अगदी हुबेहूब आणि स्पष्ट होती. मला काही महत्त्वाच्या घटनाच दिसल्या पण ते सगळं इतकं वेगात घडलं, की जणूकाही संपूर्ण आयुष्याचा आढावा काही क्षणांतच दिसला. एखादं जलद चलतचित्र डोळ्यांपुढून सरकून जावं असं काहीसं वाटलं. अतिशय वेगवान असूनही मी ते पूर्णपणे पाहू आणि समजूही शकलो. पण त्या चित्रांच्या सोबतीनं भावना आल्या नाहीत कारण तेवढा वेळच नव्हता.

या अनुभवादरम्यान मला इतर काहीच दिसलं नाही. त्या चित्रांखेरीज इतरत्र अंधार होता. तरीही मला तिथे एका अतिशय शक्तिशाली, प्रेमळ अशा आत्म्याचं अस्तित्व माझ्याभोवती असल्याचं अगदी पूर्णवेळ जाणवत होतं.

हे अगदीच रोचक होतं. मी जेव्हा पूर्ण बरा झालो, तेव्हा माझ्या आयुष्यातल्या घटना अगदी सविस्तरपणे सांगू लागलो. मी नुकत्याच त्या पाहिल्या होत्या ना! तो खरंच एक वेगळाच अनुभव होता. पण तो शब्दात सांगणं कठीण आहे. कारण तो खूपच वेगवान होता पण तरीही पूर्णपणे स्पष्ट होता.

एका तरुणाचा अनुभव पाहा –

मी व्हिएतनाममध्ये लष्करी सेवा करत होतो. एकदा मला खूप जखमा झाल्या, ज्यांमुळे नंतर माझा मृत्यू झाला पण त्यादरम्यान मला ठाऊक होतं, काय चाललंय ते. मशिनगनच्या सहा गोळ्या मला लागल्या होत्या. पण जेव्हा हे घडलं, मला कसलीही भीती किंवा दु:ख वाटलं नाही. उलट माझ्या मनात सुटका झाल्याची भावना निर्माण झाली आणि मला अगदी स्वस्थ वाटलं.

त्याचवेळी माझं आयुष्य माझ्यापुढे चित्रासारखं दिसू लागलं.

मी अगदी छोटं बाळ असल्यापासूनची दृश्यं मला दिसू लागली आणि तिथून पुढचं सगळं आयुष्य माझ्यापुढून सरकत गेलं.

मला चांगलं आठवतंय, सगळ्या गोष्टी अगदी तंतोतंत आणि स्पष्ट दिसत होत्या. अगदी खूप जुन्या गोष्टींपासून ते आत्तापर्यंतच्या घटनांपर्यंत सगळ्या गोष्टी स्पष्ट दिसल्या. हे सगळं अतिशय कमी वेळात घडलं. त्यात वाईट काहीच नव्हतं. त्यात मला खजिल होण्यासारखं किंवा मानहानीकारक काही वाटलं नाही. एखाद्या चित्रपटाच्या प्रतिमा एकामागून एक सरकत जाव्यात तशाच त्या मला वाटल्या. जणू काही कोणीतरी चित्रमालिका वेगाने सरकवतंय.

सरतेशेवटी ही एक भावनातिरेक दर्शवणारी घटना - मरण अगदी जवळ आलं होतं पण कोणतीही जखम झाली नव्हती.

माझ्या कॉलेजच्या पहिल्या वर्षानंतरच्या उन्हाळी सुट्टीत मी एक मोठा सेमी ट्रॅक्टर ट्रेलर ट्रक चालवण्याची नोकरी धरली. मला कधीकधी गाडी चालवता चालवता डुलकी लागत असे. एकदा पहाटे पहाटे मी ट्रक घेऊन लांबच्या दौऱ्यावर निघालो. मधूनच माझा डोळा लागत होता. मी एक रस्त्यावरची खूण पाहिल्याचं मला आठवतंय आणि त्यानंतर मी पुन्हा डोळे मिटले. पुन्हा जेव्हा जाग आली, तेव्हा मला काहीतरी घासत घसरत गेल्याचा धडकी भरवणारा आवाज आला. उजव्या बाजूचं बाहेरचं चाक बसलं. वजनामुळे आणि ट्रकच्या कलण्याने डाव्या बाजूचं चाकही निकामी झालं. ट्रक त्याबाजूला झुकला आणि घासत एका पुलाकडे जाऊ लागला. काय होतंय, हे समजल्यानं मी भयंकर घाबरलो. ट्रक आता पुलाला धडकणार हे निश्चित होतं.

या काही क्षणांमध्ये माझ्या आयुष्यातल्या काही प्रमुख घटना डोळ्यांसमोर आल्या, ज्या अगदी वास्तव होत्या. पहिल्यांदा मला दिसलं, की माझे बाबा समुद्रकिनाऱ्यावर चालत जातायेत

आणि दोन वर्षांचा मी त्यांच्यामागे जातोय. नंतर काही प्रसंग क्रमाने दिसले. मी पाच वर्षांचा असताना मला ख्रिसमसची भेट म्हणून मिळालेली नवी लाल मालगाडी मोडली, हेही मला दिसलं. पहिलीच्या वर्गात असताना आईने आणलेला पिवळ्याजर्द रंगाचा रेनकोट घालून शाळेत रडत जाताना मी स्वत:ला पाहिलं. माझ्या प्राथमिक शाळेतल्या कित्येक छोट्या छोट्या गोष्टी मला आठवल्या. मला माझे सर्व शिक्षक आठवले आणि प्रत्येक वर्षी घडलेल्या काही विशेष घटना. नंतर मी हायस्कूलमध्ये गेलो. कॉलेजच्या पहिल्या वर्षीची परीक्षा दिली. त्यानंतर मी काही दिवस एका किराणा दुकानात काम केलं, ज्यामुळे मला हे ट्रक चालविण्याचं काम मिळालं आणि काही दिवसांतच हा प्रसंग घडला. हे सगळं माझ्या डोळ्यांपुढे आलं. हे सगळं अतिशय वेगात घडलं, अगदी सेकंदाच्याही काही अंशात. मग सगळंच संपलं... मी तिथे ट्रककडे पाहत उभा होतो. मला वाटलं, 'मी मेलो आहे. देवदूत तर झालो नाही ना मी? मी स्वत:लाच चिमटा काढून पाहिला. मी जिवंत आहे की भूत झालोय?'

ट्रकची अगदी मोडतोड झाली होती पण मला साधा ओरखडासुद्धा आला नव्हता. मी कसातरी पुढच्या काचेतून बाहेर पडलो कारण काच तर पूर्णपणे तुटली होती. सगळं शांत झाल्यावर मी विचार केला, माझ्या अशा अतिशय आणीबाणीच्या परिस्थितीत आयुष्यातल्या त्या घटना माझ्यासमोर आल्या यामागे काहीतरी उद्देश असणार. या घटनेचा माझ्या जीवनावर कायमस्वरूपी प्रभाव पडला. एरवी मला जर त्या आठवल्या असत्या तर निदान पंधरा मिनिटं तरी लागलीच असती पण त्यावेळी मात्र त्या निमिषार्धात माझ्यासमोर उलगडल्या, हे खूपच आश्चर्यकारक आहे.

सीमारेषा

काही घटनांमध्ये मरणासन्न अवस्थेत असताना एखाद्या सीमारेषेपर्यंत पोहोचल्याचा अनुभव मला लोकांनी सांगितला. कधी ही सीमा पाण्याच्या रूपात होती तर कधी धुक्याच्या. कधी एखाद्या शेताच्या कुंपणाप्रमाणे तर कधी फक्त एक रेघ. यावरून एक प्रश्न नक्कीच निर्माण होऊ शकतो की या सर्व अनुभवांमागे एकच संकल्पना तर नाही? शिवाय जर हे सत्य असेल तर त्याची वेगवेगळी रूपं म्हणजे व्यक्तिगणिक बदलणारी भाषिक आणि स्मृतीची विविधता आहे, असंच म्हणावं लागेल. मर्यादा किंवा सीमारेषेचा महत्त्वाचा सहभाग असलेले काही अनुभव आता पाहू या.

१. *मी जेव्हा हृदयविकाराने 'मेलो' तेव्हा अचानक स्वत:ला एका शेतात असल्याचं पाहिलं. मी कधीही पाहिला नव्हता असा हिरवागार रंग सगळीकडे होता. सगळं कसं सुंदर आणि प्रसन्न वाटत होतं. तिथे एक सुंदर – उन्नत प्रकाश मला वेढून टाकत होता. मी त्या शेतात सगळीकडे पाहत होतो. तिथे मला एक कुंपण दिसलं. मी त्या कुंपणाकडे जाऊ लागलो आणि कुंपणाच्या पलीकडे मला एक माणूस माझ्याकडे येताना दिसला. तो जणू काही मलाच भेटायला येत होता. मी त्याच्याकडे जाण्याचा प्रयत्न करत होतो पण मागे खेचला जात होतो. मग मी समोर पाहिलं तर तोही वळून कुंपणापासून दूर निघून जाताना मला दिसला.*

२. *माझ्या पहिल्या मुलाच्या जन्माच्या वेळी हा अनुभव आला. माझ्या गरोदरपणाच्या आठव्या महिन्यात मला कसलीतरी विषबाधा झाली. सक्तीचं बाळंतपण करण्यासाठी डॉक्टरांनी मला हॉस्पिटलमध्ये दाखल केलं. मुलाच्या जन्मानंतर मला प्रचंड रक्तस्राव झाला. डॉक्टरांना परिस्थिती हाताळणं अवघड होऊन बसलं. मी स्वत:च नर्स असल्याने काय होतंय, यात किती धोका आहे, हे मला समजत होतं. अचानक माझी शुद्ध हरपली. मला गुणगुण्याचा, घंटेचा त्रासदायक आवाज ऐकू आला. मग मला वाटलं, की मी एखाद्या जहाजातून किंवा नावेतून पाण्यातून तरंगत दुसऱ्या बाजूला जात आहे. दुसऱ्या किनाऱ्यावर मला*

आधीच सोडून गेलेले (मृत पावलेले) माझे आई-वडील, बहीण आणि इतर नातेवाईक दिसले. मी त्यांना ज्या रूपात ओळखत होते, तसेच त्यांचे चेहरे मला दिसले. मला तिकडे येण्यासाठी ते खुणावत होते आणि त्याचवेळी मी त्यांना म्हणत होते, 'नाही नाही, मी आत्ता तुमच्याकडे येऊ शकत नाही. मला मरायचं नाहीये. माझी आत्ता जायची तयारी नाहीये.'

हे सगळं खूपच विचित्र होतं. कारण हे घडत असताना डॉक्टर आणि नर्स माझ्यावर उपचार करताना मी पाहत होते. जणूकाही मी त्रयस्थ प्रेक्षक झाले होते आणि तो देह म्हणजे मी नव्हतेच. मी सारखी डॉक्टरांना सांगायचा प्रयत्न करत होते. मी मरणार नाहीये. पण कोणालाही काहीही ऐकू जात नव्हतं. प्रत्येक गोष्ट - डॉक्टर, नर्स, बाळंतपणाची खोली, ती नाव, पाणी, दुसरा किनारा सगळं जणू एकावर एक रचलेल्या प्रतिमाच होत्या, ज्या मी एकाचवेळी पाहू शकत होते.

माझं जहाज अगदी त्या दुसऱ्या किनाऱ्यापर्यंत पोहोचलं. पण तितक्यात अचानक मागं वळून परत यायला लागलं. शेवटी मी परत आले. डॉक्टरांना सांगत होते, 'मला मरायचं नाही.' आणि मला वाटलं, त्याचक्षणी मी पुन्हा जिवंत झाले. डॉक्टरांनी मला समजावून सांगितलं, 'बाळंतपणानंतर अतिरिक्त रक्तस्राव झाल्याने तू पार मरणोन्मुख झाली होतीस, पण आता सगळं नीट होईल,' असं ते म्हणाले.

३. माझ्या किडनीच्या बिकट अवस्थेमुळे मी जवळजवळ एक आठवडा कोमामध्ये होतो. माझ्या जगण्याची आशा डॉक्टरांनाही वाटत नव्हती. या बेशुद्धीच्या काळात एकदा मला एकदम वर उचलल्यासारखं वाटलं. जणू मला शरीर नव्हतंच. एक तेजस्वी शुभ्र प्रकाश माझ्यासमोर आला. तो इतका तेजःपुंज होता, की त्याच्या पलीकडे मला काही दिसत नव्हतं, पण त्याच्या सान्निध्यात मला अतिशय छान, शांत, आणि प्रसन्न वाटत होतं. असा अनुभव पृथ्वीवर कोणत्याही गोष्टीतून मिळणं

केवळ अशक्यच आहे. त्या प्रकाशाच्या सान्निध्यात माझ्या मनात काही विचार किंवा काही शब्द आले, 'तुला मरायची इच्छा आहे का?' मी उत्तर दिलं. 'मला मृत्यूबद्दल काहीच माहिती नाही, त्यामुळे मी सांगू शकत नाही.' मग प्रकाश म्हणाला, 'या रेषेच्या पलीकडे ये म्हणजे तुला समजेल.' मला वाटलं, मला ती रेषा कुठे आहे, हे माहिती आहे. खरंतर ती मला दिसतही नव्हती. मी रेषेपल्याड जाताच अतिशय आश्चर्यजनक भावना जाणवल्या. आध्यात्मिक शांतता, चिंतामुक्ती आणि अतिशय प्रसन्नता.

४. मला हृदयविकाराचा झटका आला. त्यानंतर मी एका पोकळीत आल्याचं मला जाणवलं. मी माझं शरीर मागे सोडून आलेय, हे मला माहिती होतं. मी मरत आहे हे मला जाणवत होतं. तेव्हा माझ्या मनात एक विचार आला, 'देवा, मला जमेल तसं चांगल्यातलं चांगलं मी माझ्या आयुष्यात केलं आहे. आता मला मदत कर.' तत्क्षणी मी त्या अंधाऱ्या पोकळीतून बाहेर पडले आणि धुक्यातून वेगानं पुढे सरकत गेले. माझ्या पुढे काही अंतरावर एक धुक्याचा पुंजका होता. मी त्याच्याकडेच जात होते. मला वाटलं होतं, तितक्या वेगात मी गेले नाही पण जवळ गेल्यावर मी त्या पुंजक्यातून आरपार पाहू लागले. पलीकडे मला माणसं दिसली, अगदी पृथ्वीवर दिसायची तशीच. या सगळ्याला व्यापून होता एक अतिशय सुंदर प्रकाश – सोनेरी प्रकाश. चैतन्यपूर्ण पण शांत. पृथ्वीवर असल्यासारखा गडद, भडक नव्हता तो!

मग मी आणखी जवळ गेले. मला वाटलं, त्या धुक्याच्या पुंजक्यातूनच मी जाते आहे. अतिशय आनंददायी अनुभव होता तो. पण त्या धुक्यातून पलीकडे जाण्याची वेळ अजून आली नव्हती. मी पुढे जाणार, इतक्यात बऱ्याच वर्षांपूर्वी मेलेले माझे काका अचानक पुढे आले आणि त्यांनी मला मध्येच अडवलं. ते म्हणाले, 'परत जा. पृथ्वीवर अजून तुला बरीच कामं करायची आहेत. तू परत जा.' मला अजिबात परत यायचं नव्हतं पण पर्याय नव्हता. मी तत्काळ माझ्या शरीरात परत आले. मला माझ्या छातीतली पिळवटून टाकणाऱ्या

प्रचंड वेदनेची जाणीव झाली आणि तेव्हाच मी माझ्या छोट्या मुलाचा रडण्याचा आवाज ऐकला, तो म्हणत होता, 'देवा, माझ्या आईला माझ्याकडे परत पाठव.'

५. माझी अवस्था अत्यंत कठीण होती. डॉक्टरांनी सर्व उपाय करून हात टेकले आणि माझ्या नातेवाइकांना बोलावून घेतलं. मी आता जाणार या विचाराने, ते सगळे माझ्या भोवती गोळा झाले. डॉक्टरांना वाटलं, मी मरतोय. सगळे माझ्याकडे बघत असतानाच ते लांब लांब जाऊ लागले. मी दूर जाण्याऐवजी तेच दूर जाताना दिसले. अंधुक अंधुक होत गेले पण तरीही मला दिसत होते. माझी शुद्ध हरपली. हॉस्पिटलमध्ये काय चाललंय, हे मला समजणं बंद झालं. पण मी एका व्ही (V) आकाराच्या, अरुंद, साधारण खुर्चीच्या रुंदीच्या खोल द्रोणासारख्या मार्गातून चाललो होतो. माझं शरीर त्या द्रोणात अगदी तंतोतंत बसलं. मी पुढे पुढे जाऊ लागलो. पहिल्यांदा डोकं, मग हातपाय, नंतर इतर शरीर. तिथे काळाकुट्ट अंधार होता. मी त्यातून खाली खाली जाऊ लागलो. मी वर पाहिलं तर एक सुंदर, गुळगुळीत दार दिसलं पण त्याला कडी नव्हती. दाराभोवती एक तेजस्वी प्रकाश दिसत होता. त्याचे किरण सर्वत्र आनंद पसरवत होते. तिथे सगळेजण खूपच मग्न आणि आनंदात वाटत होते. मी वर पाहत म्हणालो, 'देवा, मी आलो आहे. मी तुला हवा असेन तर मला घेऊन टाक.' पण त्याने मला एका झटक्यात खाली माझ्या शरीरात लोटून दिलं. क्षणभर तर माझा श्वासच थांबला.

पुनरागमन

अर्थातच, मी ज्यांच्याशी बोललो, त्या सगळ्या व्यक्ती त्यांचा अनुभव घेऊन परत आल्या. या अनुभवानंतर त्यांच्या दृष्टिकोनात आमूलाग्र बदल घडल्याचं दिसून आलं. मृत्यू झाल्यानंतर सुरुवातीचे काही क्षण शरीरात परत जाण्याची तीव्र इच्छा झाल्याचं बहुतेकांनी नमूद केलं होतं. मृत्यूबद्दल तीव्र दुःख झाल्याचंही सांगितलं होतं, हे तुम्हाला आठवत असेल. पण मृत्युपश्चातच्या अनुभवात माणूस जसजसा पुढे जातो, तसतशी त्याची परत

फिरण्याची इच्छा नाहीशी होते. तो परत जायला विरोध करू पाहतो. विशेषतः ज्यांनी प्रकाशाच्या अस्तित्वाचा अनुभव घेतला; त्यांना तर त्या सुखदायक स्थितीतून अजिबात परत यायचं नसतं. एका माणसानं अगदी स्पष्टपणे सांगितलं, 'त्या चैतन्याच्या सान्निध्यातून मला कधीही परत यायचं नव्हतं.'

या अनुभवाला काही अपवाद होते, पण नीट पाहिलं तर त्यांना अपवाद म्हणता येणार नाही. बऱ्याचशा बायकांनी सांगितलं, 'आम्हाला खरंतर तिथेच थांबायचं होतं पण आम्हाला आमच्या मुलांना वाढवायचं होतं म्हणून परत यावं लागलं.'

मला प्रश्न पडला होता, की मी इथे राहावं की नाही? पण माझी तीन मुलं, नवरा - माझं कुटुंब मला आठवलं. त्यांना सोडून मी कशी जाऊ? त्या प्रकाशाच्या सान्निध्यात मला खूपच आनंदी आणि समाधानी वाटत होतं. अजिबात परत यायचं नव्हतं. पण त्याचबरोबर माझ्या कुटुंबाची जबाबदारीही टाळता येणं शक्य नव्हतं. म्हणून माझं कर्तव्य करण्यासाठी मी परत यायचं ठरवलं.

बऱ्याच घटनांमध्ये मला लोकांनी सांगितलं, की ते अतिशय सुरक्षित आणि आरामशीर अशी अशरीर अवस्था अनुभवत होते. त्यांना त्यात आनंदही मिळत होता पण तरी शरीरात परतण्यासाठी ते तयार होते. कारण त्यांना अद्याप बरीच कामं करायची होती. काही लोकांबाबत परत येण्याचं कारण म्हणजे त्यांचं अपूर्ण राहिलेलं शिक्षण पूर्ण करणं हे होतं.

मी कॉलेजची तीन वर्षं पूर्ण केली होती आणि माझं फक्त एक वर्ष राहिलं होतं त्यामुळे मी हाच विचार करत होतो. 'मला आता मरता येणार नाही.' अजून अगदी थोडावेळ, काही मिनिटं जरी मी त्या प्रकाशाच्या सान्निध्यात राहिलो असतो, तर मला नाही वाटत मी माझ्या शिक्षणाचा विचार केला असता. त्या अनुभवापुढे मला बाकी सगळ्या गोष्टी नगण्यच वाटल्या असत्या.

मी संकलित केलेल्या अनुभवांमध्ये शरीरात परत येण्याच्या या मुद्द्यावर बरंच वैविध्य दिसून आलं. बऱ्याचशा लोकांनी सांगितलं, त्यांना

कारण अजिबात माहीत नाही. ते शरीरात का आणि कसे आले. काही जणांनी अनेक तर्क केले, तर काही जणांना त्यांचं परत येणं हे केवळ त्यांच्या निर्णयाचाच परिणाम असल्याचं निश्चितपणे वाटलं.

मी माझ्या शरीराबाहेर होतो आणि मला या गोष्टीची जाणीव झाली, की मला आता निर्णय घ्यावा लागेल. मला माहिती होतं की मी फार काळ शरीराबाहेर राहू शकणार नाही. त्यामुळे 'आत्ताच' – हे इतरांना समजणं थोडं कठीण आहे, पण मला मात्र अगदी स्पष्ट माहिती होतं की मला 'आत्ताच्या आत्ता' निर्णय घ्यायचा आहे, की पुढे जायचं का माघारी यायचं.

पलीकडे त्या बाजूला सगळं अतिशय सुंदर आणि अप्रतिम होतं. माझ्यामध्ये तिथे राहायची थोडी इच्छापण होतीच. पण हे कळाल्यावर, की पृथ्वीवर मला अजून बरीच चांगली कामं करायची आहेत, हे सुद्धा मला एका दृष्टीने सुंदरच वाटलं. म्हणून मी विचार केला, 'हो, मला परत आयुष्य जगायचं आहे आणि मी शरीरात परत आलो. त्यानंतर मला अगदी क्षणभर असं वाटलं, की मी स्वतःच माझा रक्तस्राव थांबवला आहे. त्यानंतर मी खूप लवकर बरा होत गेलो.'

कित्येकांना वाटलं, 'देवानं' त्यांना परत येण्याची परवानगी दिली किंवा प्रकाशानं त्यांच्या विनंतीवरून त्यांना परत पाठवलंय. (बऱ्याचदा त्यांची ही विनंती निःस्वार्थ भावनेनं केलेली असायची.) देव किंवा प्रकाशाच्या मनात त्यांच्यासाठी काही महत्त्वाचं कार्य असेल असंही त्यांना वाटलं.

मी ऑपरेशन टेबलच्या वरती तरंगत होते आणि ते खाली काय करताहेत ते पाहत होते. मी मरतेय, हे मला जाणवत होतं. मला माझ्या मुलांची काळजी वाटत होती. माझ्यानंतर त्यांचं कसं होईल? म्हणून मी त्यावेळी मरायला तयार नव्हते आणि परमेश्वरानं मला जगण्याची परवानगी दिली.

एका माणसाची आठवण पाहू या –

मी खरंतर मृत झालो होतो पण परमेश्वराची माझ्यावर कृपा होती म्हणून त्यानं डॉक्टरांना मला परत जिवंत करण्याची प्रेरणा दिली. त्यामागे त्याचा विशिष्ट हेतू होता. माझ्या बायकोला दारूचं व्यसन होतं आणि ती माझ्याशिवाय काहीच करू शकत नव्हती. तिला मदत करण्यासाठी त्यानं मला परत पाठवलं. ती आता बरीच चांगली झाली आहे. पण मी ज्या अनुभवातून गेलो, त्याचा ती बरी होण्यामध्ये खूप मोठा वाटा आहे, असं मला नक्की वाटतं.

एका तरुण आईला वाटलं –

परमेश्वरानं मला परत पाठवलं, पण का, हे मात्र मला समजलं नाही. मला तिथं 'त्याचं' अस्तित्व नक्कीच जाणवलं. त्यानं मला ओळखलं, मी कोण आहे, हे त्याला माहिती होतं पण तरीही तो मला स्वर्गात जागा द्यायला तयार नव्हता. पण का, हे मला माहिती नाही. मी या गोष्टीचा अनेक वेळा विचार करते तेव्हा जाणवतं, माझ्या दोन मुलांचं नीट संगोपन करण्याकरिता त्यानं मला पृथ्वीवर परत पाठवलं असावं. शिवाय माझी स्वतःची पण तिथे जाण्याची तयारी नव्हती म्हणून देखील असेल, कदाचित. अजूनही याचं उत्तर मी शोधतेय पण समजत नाही.

काही थोड्या लोकांनी सांगितलं, की इतरांचं त्यांच्यावरचं प्रेम आणि त्यांनी केलेल्या प्रार्थनेमुळेच त्यांना पुन्हा जीवन मिळालं, फक्त त्यांच्या स्वतःच्या इच्छेमुळे नाही.

माझ्या मोठ्या आत्त्याच्या शेवटच्या आजारपणात मी मदतीसाठी तिच्याजवळ थांबलो होतो. ती बरेच दिवस खूप आजारी होती. ती बरी व्हावी म्हणून आमच्या घरातले सगळेजण प्रार्थना करत होते. तिचा श्वास अनेक वेळा थांबला पण ती परत आली. शेवटी एके दिवशी तिनं डोळे उघडले, मला म्हणाली, 'जोएन, मी तिकडे गेले होते. अंताच्याही पलीकडे. तिथे सगळं खूपच सुंदर होतं. मला तिथं राहायचं होतं पण जोपर्यंत तुम्ही प्रार्थना

करताहात तोपर्यंत मी तिथे थांबू शकत नाही. तुमच्या प्रार्थना मला जाण्यापासून रोखतायेत. कृपाकरून आता माझ्यासाठी प्रार्थना करू नका.' आम्ही तिचं ऐकलं. प्रार्थना थांबवल्या आणि थोड्याच दिवसांत तिचं निधन झालं.

एका बाईनं सांगितलं -

डॉक्टरांनी मी मृत झाल्याचं घोषित केलं होतं, पण मी परत जिवंत झाले. मी घेतलेला मृत्यूनंतरचा तो अनुभव अतिशय आनंददायी असला तरी तो सोडल्याबद्दल मला अजिबात वाईट वाटत नाही. कारण, मी परत आले आणि डोळे उघडले तेव्हा माझी बहीण आणि माझा नवरा माझ्याकडे पाहत होते. त्यांनी घेतलेला तो सुटकेचा श्वास आणि त्यांच्या चेहऱ्यावरचं समाधान मी पाहिलं. त्यांच्या डोळ्यांतून अश्रू वाहत होते. मी वाचल्यामुळे त्यांना झालेला आनंद पाहून मला खूप बरं वाटलं. तेव्हा मला जाणवलं, 'एखाद्या चुंबकाप्रमाणे त्यांच्या प्रेमाने मला मागे खेचून आणलं होतं.' तेव्हापासून इतर लोकांचं प्रेम आणि प्रार्थना तुम्हाला वाचवू शकतात, यावर माझा पूर्ण विश्वास बसला.

काही लोकांना मृत्युपश्चात अनुभवाच्या अगदी सुरुवातीच्या काळात, ते ज्या अंधाऱ्या बोगद्यातून पुढे जात असतात त्याच बोगद्याने परत मागे ओढले गेल्याचा अनुभव आठवतो. उदाहरणार्थ, एक मृत झालेला माणूस अंधाऱ्या दरीतून पुढे ढकलला जात होता. त्या अंधाऱ्या बोगद्याच्या अगदी टोकाशी तो गेला, तितक्यात मागून त्याला कोणीतरी बोलावत असल्याचा आवाज आला आणि लगेचच तो गेल्या मार्गाने परत आला.

काही जणांनी शरीरात पुन्हा शिरण्याचा प्रत्यक्ष अनुभव घेतल्याचं सांगितलं आहे. बऱ्याच जणांनी, मृत्युपश्चात अनुभवाच्या शेवटी शेवटी त्यांना झोप लागली किंवा ते बेशुद्ध झाल्याचं सांगितलं आणि जेव्हा पुन्हा डोळे उघडले, तेव्हा ते त्यांच्या भौतिक शरीरात परत आले होते.

मला शरीरात परत येतानाची काहीच आठवण नाही. मी कुठेतरी

वाहत चाललो होतो आणि झोपी गेलो. अचानक जेव्हा जाग आली, तेव्हा मी पलंगावर पडलो होतो. मी शरीरात नसताना भोवतीची माणसं माझ्याकडे जशी पाहत उभी होती, तशीच आत्ताही पाहत होती.

याउलट काही जणांना अनुभवाच्या शेवटी एक हिसका बसला आणि ते वेगानं त्यांच्या शरीराकडे खेचले गेले असं जाणवलं.

मी वर छतापाशी होतो. ते खाली माझ्या शरीरावर उपचार करत असल्याचं मी पाहिलं. माझ्या छातीवर त्यांनी शॉक दिला, माझं शरीर धाडकन उडालं आणि पटकन मी खाली, माझ्या शरीरात पडलो, शिरलो, एखाद्या निर्जीव जड वस्तूसारखा... आणि तेव्हाच मला कळलं, की मी पुन्हा जिवंत झालोय.

दुसरा अनुभव पाहा –

मी जेव्हा परत यायचं ठरवलं, तेव्हा एक हिसक्यासरशी मी पुन्हा शरीरात प्रवेश केला. मी मृत्यूला ओलांडून पुन्हा आयुष्यात आल्याचं मला जाणवलं.

अगदी खूप थोड्या प्रसंगांमध्ये शरीरात परतण्याचा अनुभव सविस्तरपणे सांगितला गेला. बहुधा हे परतणं मस्तकामधून झालेलं दिसलं.

माझ्या आत्म्याला एक लहान टोक आणि एक मोठं टोक आहे असं वाटतं. अपघातानंतर माझा आत्मा माझ्या डोक्याशी तरंगत होता, नंतर तो परत शरीरात आला. जेव्हा तो बाहेर पडला, तेव्हा मोठं टोक आधी बाहेर गेलं पण परत येताना मात्र तो लहान टोकाकडून आत आला.

एक माणसाची आठवण –

गाडीच्या स्टिअरिंग व्हीलवरून जेव्हा माझं शरीर त्यांनी गाडीच्या बाहेर काढलेलं मी पाहिलं; तेव्हा झूऽऽमकन मी एका अरुंद, नरसाळ्यासारख्या जागेतून जाऊ लागलो. खूप दाट अंधार होता तिथे. मी लवकरच वेगाने परत माझ्या शरीरात

आलो. जणू काही मला कोणीतरी शोषून घेतलं. ही क्रिया डोक्याच्या बाजूनं झाली. जसं काही मी डोक्यात शिरलो. ते इतकं क्षणिक होतं, की मी काही विचारही करू शकलो नाही. मी माझ्या शरीरापासून बराच दूर होतो आणि अचानक ते सगळं संपलं. मला एवढा विचार करायलाही वेळ मिळाला नाही, की 'मी माझ्या शरीरामध्ये शोषून घेतला जातोय.'

सामान्यतः या अनुभवानंतरची मन:स्थिती आणि भावना काही काळ माणसाच्या मनात रेंगाळत राहतात. ते आजारातून पूर्ण बरे झाले तरी त्यांना काही काळ या भावना जाणवत राहतात.

१. मी परत आले तेव्हा जवळजवळ एक आठवडा रडत होते. ते जग बघितल्यानंतरही मला या जगात परत यावं लागलं, याचं मला वाईट वाटलं. मला अजिबात परत यायचं नव्हतं.

२. मी परत येताना तिथल्या सुंदर भावना माझ्याबरोबर आणल्या. त्या खूप दिवस माझ्या मनात होत्या. अजूनही कधी कधी मला त्या जाणवतात.

३. तो अनुभव इतका अनमोल आहे, की मी तो जपून ठेवला आहे. मी तो कधीच विसरू शकत नाही. मी अजूनसुद्धा त्याच्याबद्दल बऱ्याचवेळा विचार करत असतो.

इतरांना सांगणं

जी व्यक्ती या अनुभवातून जाते, त्या व्यक्तीबद्दल हे आवर्जून सांगावंसं वाटतं, की ती त्या अनुभवाच्या सत्यतेबाबत निःशंक असते. तिच्यासाठी हा अनुभव अतिशय महत्त्वाचा असतो, मी ज्यांच्याशी बोललो त्यांनी त्यांच्या कथनात या गोष्टींचा वारंवार उल्लेख केला. उदाहरणार्थ –

मी जेव्हा शरीराबाहेर होतो; तेव्हा जे काही घडतंय, त्याचं मला खूप नवल वाटलं. मला ते समजत नव्हतं. पण ते सत्य होतं. मी काही अंतरावरून सरळ माझं शरीर पाहत होतो. आणि मी जे काही करू पाहत होतो, तिथं मात्र माझं मन

नव्हतंच. मनात एकही विचार निर्माण होत नव्हता. मी त्या मानसिक अवस्थेत नव्हतोच मुळी.

दुसरा अनुभव पाहा –

तो अनुभव एखाद्या भ्रम किंवा भासासारखा नव्हता. पूर्वी मी दवाखान्यात असताना जेव्हा मला कोडेईन (भुलीचं औषध) दिलं होतं, तेव्हा मी असा भ्रमिष्ट झालो होतो. पण ही घटना या जीवघेण्या अपघाताच्या कितीतरी आधीची आहे. हा अनुभव काही तसा बधिर करणारा अजिबात नव्हता.

विशेष म्हणजे, जी माणसं स्वप्न, कल्पना आणि सत्य यांचं योग्य विश्लेषण करू शकत होती, त्यांनी अशातऱ्हेची विधानं केली आहेत. मी ज्यांच्याशी बोललो, ते सगळे लोक पूर्णपणे संतुलित आणि कार्यरत होते. पण त्यांनी हा अनुभव एखादं स्वप्न म्हणून नाही सांगितला, तर स्वत: घेतलेला सत्य अनुभव म्हणूनच सांगितला.

त्यांना जरी या अनुभवामागची सत्यता आणि महत्त्व याची खात्री होती, तरी त्यांच्या सभोवतालच्या समाजातील वातावरण हा अनुभव सहानुभूतीने ऐकून घेऊन समजून घेण्यासाठी योग्य नाही, हे त्यांनी ओळखलं होतं. बऱ्याच जणांनी सांगितलं, की – सुरुवातीपासूनच त्यांना माहीत होतं, की हा अनुभव सांगितला तर लोक आपलं मानसिक संतुलन ढळलंय असं समजतील. आणि असं वाटल्यानंच कोणाला हे सांगण्याचा धीर झाला नाही. म्हणून मग त्यांनी या अनुभवाबाबत मौन बाळगण्याचं ठरवलं किंवा अगदी जवळच्या विश्वासू व्यक्तींना सांगायचं ठरवलं.

खरंतर हा अनुभव खूप रोचक होता. पण मला तो लोकांना सांगावासा वाटला नाही. अगदी वेडगळ असल्यासारखे लोक आपल्याकडे पाहतात.

दुसरी व्यक्ती आठवण सांगते –

मी याबद्दल पुष्कळ दिवस कोणालाच काही सांगितलं नाही. मी त्याबद्दल साधं बोलतही नसे. मी जर सांगायला गेलो तर

लोकांना मी खरं सांगतोय – यावर विश्वासच बसणार नाही, किंवा ते म्हणतील, 'तू काहीही काल्पनिक गोष्टी तयार करून आम्हाला सांगतोय.' अशी भीती मला वाटत होती.

एक दिवस मी ठरवलं, बघू तरी आपल्या घरातल्या लोकांची यावर काय प्रतिक्रिया उमटते? मग मी त्यांना सांगितल्यानंतर आजतागायत हे कोणालाही सांगितलं नाही. पण मला वाटतं, माझ्या कुटुंबीयांना मात्र जाणवलं, की मी ते सगळं पार करून आलोय.

काहीजणांनी जेव्हा इतरांना सांगण्याचा प्रयत्न केला, तेव्हा त्या लोकांनी या मंडळींचं म्हणणं पार खोडून काढलं. मग तेव्हापासून यांनी त्याबाबत मौनच पाळायचं ठरवलं.

१. सर्वांत आधी मी फक्त माझ्या आईला हे सांगायचा प्रयत्न केला. अनुभवानंतर काही दिवसांनी मला काय वाटलं, हे मी तिला सांगितलं. तेव्हा मी खूप छोटा मुलगा होतो म्हणून कदाचित तिनं माझ्या बोलण्याकडे फारसं लक्षच दिलं नाही. म्हणून मग मी ते इतर कोणालाच सांगितलं नाही.

२. मी हे आमच्या धर्मगुरूंना (पाद्री) सांगण्याचा प्रयत्न केला पण ते म्हणाले, 'तुला भ्रम झालाय' म्हणून मी गप्प बसलो.

३. मी शाळेत असताना बऱ्यापैकी प्रसिद्ध होते पण प्रवाहात वाहत जाणाऱ्यांपैकी होते. पुढाकार घेऊन नेतृत्व करणे असा माझा स्वभाव नव्हता, मी तर अनुयायी स्वभावाची होते, त्यामुळे जेव्हा मला हा अनुभव आला आणि मी याबद्दल इतरांना सांगू लागले तेव्हा लोकांनी आपोआपच मला वेडी ठरवलं. मी जेव्हा सांगायचे तेव्हा लोक अगदी रस घेऊन ऐकायचे. पण नंतर म्हणायचे, 'ती काहीतरी थापा मारतेय.' तो त्यांच्यासाठी एक मोठा विनोदाचा विषय झाला होता. त्यानंतर मी हे सांगणं सोडून दिलं.

मी कधीही त्यांना या उद्देशानं सांगण्याचा प्रयत्न नाही केला की,

"पाहा, हा एक विशेष अनुभव आहे, जो मला मिळाला आहे." मी केवळ हे सांगण्याचा प्रयत्न करीत होते की, *"जीवनाबद्दल आपल्याला खूप काही जाणून घेण्याची गरज आहे. इतकं, की त्याची मी कधी कल्पनाही केली नव्हती."* आणि त्यांनीही कधी केली नसावी.

४. मी जेव्हा जागा झालो, तेव्हा माझ्या नर्सला मी काय अनुभवलंय, ते सांगू लागलो. यावर ती म्हणाली, *'तुम्ही जास्त बोलू नका, तुम्हाला हे भास होत आहेत.'*

एका माणसाची आठवण त्याच्याच शब्दात –

तुम्हाला वाटतं तितक्या सहजपणे माणसं तुमचं बोलणं स्वीकारत नाहीत हे लवकरच तुम्हाला कळतं. त्यामुळे तुम्ही प्रत्येकालाच या गोष्टी सांगायला धजावत नाही.

विशेष म्हणजे मी अभ्यासलेल्या इतक्या घटनांपैकी फक्त एका डॉक्टरांनी या मृत्युपश्चात किंवा मरणासन्न अवस्थेतील अनुभवांना मान्यता दिली आणि सहानुभूती दाखवली. स्वतःच्या अशारीर अवस्थेबद्दल सांगताना एक मुलगी मला म्हणाली –

मी आणि माझ्या कुटुंबीयांनी मला काय झालं होतं, हे जेव्हा डॉक्टरांना विचारलं तेव्हा ते म्हणाले, 'एखाद्या माणसाला खूप यातना होत असतील, खूप जखमा झाल्या असतील तर त्याचा आत्मा त्याच्या शरीराबाहेर जातो.' असं बऱ्याच जणांच्या बाबतीत घडतं.

एखाद्या माणसाच्या मरणोत्तर अनुभवांबाबत लोकांना असलेली साशंकता आणि समजुतीचा अभाव यांमुळे अशा परिस्थितीत असलेल्या प्रत्येकाला 'हा अनुभव घेणारा तो एकमेव आहे' असं वाटल्यास नवल नाही. त्याला वाटतं, 'जगात त्याच्याखेरीज हा अनुभव कोणीच घेतलेला नाही.' उदाहरणार्थ एका माणसानं सांगितलं, कोणी कधीही जाऊ शकणार नाही, अशा ठिकाणी मी जाऊन आलो.'

अशा लोकांची मुलाखत घेत असताना, मी एखाद्या माणसाच्या या अनुभवांबद्दल सुरुवातीला त्याचं सगळं बोलणं आधी ऐकून घेतो. त्यानंतर इतरांनाही अगदी तुमच्यासारखाच अनुभव सांगितलाय असं मी सांगतो. हे ऐकून त्यांना एकदम समाधान वाटतं, हे मी बऱ्याचदा अनुभवलं आहे.

इतर लोकांनाही असाच अनुभव आलाय हे कळल्यावर मला गंमतच वाटली कारण मी असा विचारच केला नव्हता. माझ्याप्रमाणेच आणखी कोणीतरी या सगळ्यातून गेलंय, हे ऐकून मला आनंद झाला. मी वेडगळ नाही, हे मला आता समजलंय.

माझ्यासाठी जरी हा अनुभव खरा असला तरी मी तो कोणाला सांगितला नाही. कारण मला भीती वाटायची. लोक माझ्याकडे विचित्र नजरेनं पाहतील. त्यांना वाटेल, 'मृत्यूने घाला घातल्यामुळे याच्या मनावर खूप परिणाम झालेला दिसतोय.'

माझ्यासारखाच अनुभव आणखी कोणाला तरी आला असेल, असं मला वाटलं होतं. पण असा अनुभव आलेल्या माणसाला ओळखणारं मला कोणीच भेटलं नाही. कारण लोक या अनुभवाबद्दल बोलत असतील असं मला वाटतच नाही. मी हा अनुभव घेतला नसता आणि कोणी जर मला त्याच्या अशा अनुभवाबद्दल सांगितलं असतं, तर मीही त्याला वेड्यात काढलं असतं. 'काहीपण थापा मारतोय,' असंच मला वाटलं असतं. कारण आपला समाज असंच वागतो.

हा अनुभव इतरांना न सांगण्याचं आणखी एक कारण म्हणजे तो अनुभव वर्णनातीत, शब्दातीत असतो. कोणत्याही शब्दात त्याचं वर्णन करणं शक्य होत नाही. हा आकलनापलीकडचा आणि अस्तित्वापेक्षा निराळा अनुभव सांगण्याचा प्रयत्न करणं निरर्थक आहे, असं वाटून लोक गप्प राहतात.

आयुष्यावर परिणाम

आतापर्यंत सांगितलेल्या कारणांमुळे माझ्या माहितीतील एकाही मनुष्यानं स्वतःच्या या विलक्षण अनुभवावर व्याख्यान दिलं नाही. या सत्य अनुभवांबद्दल लोकांमध्ये जागृती निर्माण करण्याचं काम करायला कोणीही धजावला नाही. लोकांना त्यांच्याबाबतीत काय घडलंय, हे सांगायला देखील संकोच वाटणं स्वाभाविक आहे.

त्यांच्या आयुष्यावर या अनुभवाचा अतिशय सूक्ष्म, सखोल आणि शांत असा परिणाम झाला. बऱ्याच जणांनी सांगितलं, या अनुभवामुळे त्यांचं जीवन अधिक विस्तारलं गेलं, अधिक सखोल झालं. कारण ते तत्त्वज्ञानातील मुद्द्यांचा अधिक चांगला विचार, चिंतन करू लागले.

आतापर्यंत म्हणजे कॉलेजला जाईपर्यंत मी एका छोट्या गावात राहत होतो. तिथं माझ्याभोवती असणारी माणसं संकुचित वृत्तीची होती. मी तेव्हा माध्यमिक शाळेमधला एका संघातला सामान्य, बिघडलेला मुलगा होतो. तेव्हा तुम्ही जर कोणत्या संघात नसाल तर तुम्हाला काही खास समजलं जात नसे.

माझ्या या अनुभवानंतर मला अधिक काहीतरी जाणून घ्यावंसं वाटलं. या आधी मी माझ्या छोट्याशा जगातून कधी बाहेरच पडलो नव्हतो. त्यामुळे याविषयी अधिक माहिती असलेला कोणी असेल याचा विचारच मी केला नाही. मला मानसशास्त्राविषयी काहीच माहिती नव्हतं. पण या एका अनुभवानंतर एका रात्रीत माझी मानसिक परिपक्वता खूप वाढली. मला मोठं झाल्यासारखं वाटलं. असं काही असेल अशी मी कल्पनाही केली नव्हती, असं संपूर्ण नवं जग माझ्यासमोर उलगडलं. 'मला अजून खूप काही जाणून घ्यायचंय' या विचारानं मला घेरून टाकलं. दर शुक्रवारी आलेला नवीन सिनेमा आणि फुटबॉल मॅच यांपेक्षाही जगात बरंच काही आहे, याची जाण मला आली. माझ्या स्वतःबाबत अनेक गोष्टी मला अजून जाणून घ्यायच्या आहेत, हे मला

कळालं. मी विचार करू लागलो, 'मानवाच्या मनाच्या मर्यादा काय आहेत?' आणि एका नवीन जगात माझा प्रवेश झाला.

दुसरा अनुभव पाहा –

तेव्हापासून माझ्या मनात सतत विचार येतो, की मी माझ्या आयुष्यात काय केलंय? आणि काय करणार आहे? माझ्या या अनुभवापूर्वीच्या आयुष्यात मी समाधानी होते. जगाचं काही ऋण माझ्यावर असेल असं वाटत नव्हतं; कारण मी मला पाहिजे तसंच सगळं केलं होतं, तसंच जगत आले होते आणि इथून पुढे सुद्धा तसंच जगत राहिले असते. पण जेव्हा मी अचानक मृत्यूचा अनुभव घेतला, त्यानंतर मला वाटू लागलं, आत्तापर्यंत मी जे काही केलं, ते का केलं? ते चांगलं होतं म्हणून केलं, की ते माझ्या फायद्याचं होतं म्हणून केलं? आधी मी कोणतीही प्रतिक्रिया लगेच आवेगानं देत असे पण आता मात्र त्या गोष्टीचा माझ्या मनाशी शांतपणे विचार करते. प्रत्येक गोष्ट मनात आधी समजून घेते.

माझ्या आत्म्याला आणि मनाला चांगलं वाटेल अशा जास्त अर्थपूर्ण गोष्टी करण्याचा मी प्रयत्न करते. पूर्वग्रहदूषित नजरेनं लोकांची परीक्षा करण्याचं टाळते. मी माझ्या फायद्याचा विचार न करता चांगल्या गोष्टी करण्याचा प्रयत्न करते. त्यामुळे मला आता सर्व गोष्टी अधिक चांगल्या तऱ्हेनं समजतात. हे सगळं माझ्याबाबतीत घडलेल्या त्या प्रसंगामुळेच घडतंय. मी जे काही अनुभवलं आहे, त्यामुळेच हा बदल झालाय, असं मला वाटतं.

इतरांनी त्यांचा आयुष्याकडे बघण्याचा दृष्टिकोन बदलला, असं नमूद केलं. एका बाईनं अगदी सहज सांगितलं, त्यामुळे जीवन किती अनमोल आहे, हे मला समजलं.

एक माणूस काय सांगतो पाहा –

मला एक प्रकारे वरदानच मिळालं कारण हृदयविकाराचा झटका येण्यापूर्वी मी सतत मुलांच्या भविष्याची चिंता करीत असे, भूतकाळातल्या गोष्टींनी व्यथित होत असे आणि वर्तमानाचा आनंद घालवून बसत असे. पण आता माझा दृष्टिकोन खूपच बदलला आहे.

या अनुभवानंतर काही जणांची मनाविषयीची संकल्पना बदलली. शरीराच्या तुलनेत मनाच्या असलेल्या महत्त्वाविषयी बोलताना एक स्त्री म्हणाली -

मी मृत्यूच्या छायेत असताना माझ्या शरीराबाहेर होते आणि माझ्या शरीरापेक्षा मनाचंच भान मला जास्त होतं. शारीरिक आकारापेक्षा मन हाच महत्त्वाचा भाग आहे, हे मला कळालं आणि त्यापूर्वी माझ्या संपूर्ण आयुष्यात याच्या नेमकं उलट होतं. मला माझ्या शरीरातच अधिक रस होता. मनात काय चाललंय, याकडे अजिबात लक्ष नसे. चाललंय ते चालू दे, असाच दृष्टिकोन होता. पण या अनुभवानंतर मात्र माझं लक्ष मनाकडे वेधलं गेलं, शरीर दुय्यम स्थानावर गेलं. शरीर म्हणजे मनाचं वसतिस्थान म्हणून उरलं. मग मला शरीर आहे, की नाही, याचीही फिकीर मी केली नाही. मी माझ्यासाठी सर्वांत महत्त्वाच्या अशा मनाचीच काळजी करू लागले.

अगदी थोड्या लोकांनी मला सांगितलं, की या अनुभवानंतर त्यांच्या मनात अंतर्ज्ञानाचं सामर्थ्य आल्याचं जाणवलं.

१. या अनुभवानंतर माझ्यात जणू काही नवीनच चैतन्य निर्माण झालं आहे. अनेकांनी माझ्या सान्निध्यात शांततेचा अनुभव येतो, असं मला सांगितलं. जेव्हा त्यांना काही समस्या असेल, त्यावेळी माझा सहवास त्यांना शांतीचा अनुभव देतो. मलासुद्धा लोकांना अधिक चांगल्या रीतीनं जाणून घेता येतंय आणि त्यामुळे अनेकांशी माझे चांगले सूर जुळत आहेत.

२. माझ्या मृत्यूच्या अनुभवानं मला एक खूप चांगली गोष्ट दिली,

ती म्हणजे मला इतरांच्या आयुष्यातील गरजांची जाणीव होऊ लागली. उदाहरणार्थ, जेव्हा मी लिफ्टमधून जात असतो, काम करत असतो, तेव्हा आजुबाजूच्या लोकांचे चेहरे वाचत असतो. त्यांना कशाप्रकारची, कुठली मदत हवी आहे, हे सांगू शकतो. बऱ्याचवेळेला मी अशा लोकांशी त्यांच्या समस्येविषयी बोललो असून त्यांचं समुपदेशनही केलं आहे.

३. *माझ्या आजारपणानंतर मला जाणवलं, की मी लोकांच्या मनातले विचार आणि भाव पकडू शकते. एखाद्यामध्ये सूड घेण्याची भावना असेल तर मलासुद्धा ती भावना जाणवते. लोक काही बोलायच्या आधीच ते काय बोलणार आहेत, हे मी ओळखू शकते. बऱ्याच जणांचा यावर विश्वास बसणार नाही. पण तेव्हापासून मला खूप खूप विचित्र अनुभव आले. मी एका समारंभात गेले होते. तिथे मी लोकांशी बोलताना त्यांचे विचार पकडून त्यांना सांगू लागले. त्यातले काही लोक जे मला ओळखत नव्हते, ते सरळ उठून कार्यक्रमातून निघून गेले. त्यांना भीती वाटली, की मी जादूटोणा करणारी चेटकीण वगैरे आहे की काय? मी जेव्हा 'मृत' झाले होते, तेव्हा हा गुण माझ्यात आला की काय, हे मला माहिती नाही. कदाचित तो माझ्यात आधीपासूनच सुप्तावस्थेत असावा आणि मी तो वापरला नसावा. ही घटना घडेपर्यंत तो मला जाणवला नसावा.*

एका माणसाला प्रकाशाकडून खूप प्रेम, आपुलकी आणि स्वीकृती मिळाली, त्याचं सगळं आयुष्य प्रकाशासमोर होतं तरीसुद्धा. त्या व्यक्तीला असं वाटलं, जणूकाही तो प्रकाश त्याला विचारत आहे, 'असंच विनाशर्त प्रेम तू इतरांवर करू शकशील का?' त्यामुळे मृत्यूच्या दाढेतून परतल्यानंतर या पृथ्वीवर असेपर्यंत तसंच प्रेम सर्व लोकांवर करण्याचा प्रयत्न करायचा हेच त्या व्यक्तीनं आपल्या आयुष्याचं ध्येय बनवलं.

या मरणासन्न अवस्थेतून परत आलेले लोक जे धडे किंवा शिकवण घेऊन आले, त्यात आश्चर्यकारक समानता आढळून आली. जवळजवळ सर्वांनीच या पृथ्वीवरच्या जीवनात इतरांसाठी आपल्या मनात प्रेम निर्माण

करण्याचं महत्त्व सांगितलं. खूप खोलवर, शुद्ध आणि भरपूर प्रमाणात असणारं प्रेम.

याचबरोबर, बऱ्याच जणांनी ज्ञानप्राप्तीच्या महत्त्वावर भर दिला. त्यांच्या मृत्युसन्निध अनुभवात आयुष्य संपल्यावरही ज्ञानप्राप्तीची प्रक्रिया चालूच राहते, असं त्यांना सुचवण्यात आलं. उदाहरणार्थ, एका स्त्रीनं या मृत्युपश्चात अनुभवानंतर शिक्षण घेण्याची एकही संधी सोडली नाही. एक माणूस सल्ला देतो, तुमचं वय कितीही असलं तरी शिक्षण थांबवू नका; कारण मला वाटतं, ही प्रक्रिया अनंतकाळ चालणारी आहे.

मी ज्यांच्याशी बोललो त्यांपैकी एकाही व्यक्तीनं या अनुभवानंतर नैतिक दृष्ट्या शुद्ध किंवा परिपूर्ण झाल्याचा दावा केला नाही. कोणीही आधीपेक्षा पवित्र झाल्याचं स्पष्टपणे सांगितलं नाही. खरं म्हणजे बऱ्याच जणांनी विशेषत्वानं एक बाब मांडली, की त्यांना असं वाटतंय ते अजूनही प्रयत्न करतायत. शोध घेतायत. त्यांच्या दृष्टीपुढे आता नवीन उद्दिष्टं, नवी नैतिक तत्त्वं आली असून त्यानुसार जगण्याची नवी जिद्द त्यांच्यात निर्माण झाली आहे, पण त्यात संपूर्ण नैतिक दृष्ट्या शुद्धी, चरित्रशुद्धी किंवा तात्कालिक मुक्तीची भावना नव्हती.

मृत्यूबद्दलचा नवा दृष्टिकोन

मृत्युसन्निध अनुभवाचा शारीरिक मृत्यूकडे पाहण्याच्या दृष्टिकोनावर खोल परिणाम होणं, हे एखादा माणूस चटकन स्वीकारतो. विशेषतः मृत्यूनंतरही काही असतं, याचा कधीही विचार न केलेल्या माणसाला तर हा परिणाम जास्त जाणवतो. जवळजवळ प्रत्येकानंच 'आम्हाला आता मृत्यूची भीती वाटत नाही,' असं या ना त्या पद्धतीनं नमूद केलं आहे. पण तरीही याचं स्पष्टीकरण देणं आवश्यक आहे.

एक म्हणजे मृत्यू येण्याच्या काही पद्धती निश्चितच कोणालाही आवडणार नाहीत. दुसरं म्हणजे यांपैकी एकसुद्धा व्यक्ती मृत्युप्राप्तीची इच्छा धरून बसली नाही. जोपर्यंत जिवंत आहोत, तोपर्यंत काहीतरी कार्य इथं आपल्याला करायचं आहे, असंच त्यांना वाटत होतं. आणि एका व्यक्तीच्या शब्दांशी सर्वांनी सहमती दाखवली, ती व्यक्ती म्हणाली होती, 'मला हे जग

सोडून जाण्यापूर्वी बऱ्याच गोष्टी बदलायच्या आहेत.' त्यांच्या मृत्युसन्निध अनुभवामध्ये ते ज्या अलौकिक जगात पोहोचले होते, तिथे पोहोचण्यासाठी आत्महत्या हा मार्ग होऊ शकतो, हे अगदी प्रत्येकानंच नाकारलं. फक्त फरक एवढा आहे की आता मृत्यू हा त्यांच्यासाठी अमंगल राहिला नाही, हाच त्याचा अर्थ. हा विचार स्पष्ट करणारे काही अनुभव वाचू या.

१. *मला वाटतं या अनुभवानं माझ्या आयुष्याला एक वेगळंच वळण दिलं. जेव्हा मी हा अनुभव घेतला, तेव्हा मी फक्त दहा वर्षांचा छोटा मुलगा होतो. पण तेव्हापासूनच आयुष्यभर मृत्यूनंतरही जीवन असतं, याविषयी माझ्या मनात कोणतीही शंका नव्हती. मला मृत्यूची भीती अजिबात वाटत नाही. माझ्या ओळखीच्या लोकांमध्ये मृत्यूला घाबरणारे अनेक लोक आहेत. जेव्हा लोक मृत्युपश्चात जीवनाबद्दल शंका घेतात, किंवा 'तुम्ही मेलात की संपता', असं म्हणतात, तेव्हा मी मनातल्या मनात हसतो. मला वाटतं, त्यांना खरंच काहीच माहिती नाही.*

माझ्या आयुष्यात असे कितीतरी प्रसंग आले. एकानं माझ्या कपाळावर पिस्तुल रोखलं. मला त्याची काही खूप भीती वाटली नाही. मी विचार केला, जर यांनी मला मारलं आणि मी मेलो तरी कुठेना कुठे नक्की जिवंत असेन, याची मला खात्री आहे.

२. *मी अगदी लहान असताना मला मरणाची धास्ती वाटायची. मी रात्री झोपेत ओरडत, रडत उठायचो. मला फिट यायची. माझे आईवडील धावतच माझ्या खोलीत यायचे. मी त्यांना सांगितलं, 'मला मरायचं नाही. माझं मरण थांबवा.' पण मला माहिती होतं, मला मरावं लागेल. माझ्या आईनं माझी समजूत घातली. ती म्हणायची, 'अरे हे असंच असतं. आपल्यापैकी प्रत्येकाला याला तोंड द्यावंच लागतं. आपल्याला एकट्यालाच जावं लागतं' आणि जेव्हा ती वेळ येते, तेव्हा सगळं नीट होतं. बऱ्याच वर्षांनी आई वारली, त्यानंतरही मी बायकोशी बोलायचो, 'मला मृत्यूची खूप भीती वाटते. तो दिवस कधीच येऊ नये असं वाटतं.'*

पण या अनुभवानंतर आता मी मृत्यूला भीत नाही. माझी ती भावनाच नष्ट झाली आहे. मला कोणाच्या अंत्यसंस्काराच्या वेळी वाईट वाटत नाही. उलट मला त्यांच्यासाठी आनंदच वाटतो कारण मृत व्यक्ती कोणत्या अनुभवातून जातेय, हे मला ठाऊक असतं.

माझा विश्वास आहे, मला जी मृत्यूची भीती होती, ती नष्ट होण्यासाठीच देवानं मला तो अनुभव दिला असावा. अर्थातच माझ्या आईवडिलांनी माझी समजूत आधीच घातली होती. पण देवानं प्रत्यक्षात जे मला दाखवलं, असं काही ते करू शकत नव्हते. आता मी या अनुभवाबद्दल काहीच बोलत नाही पण मला बरंच काही माहीत आहे आणि मी पूर्णपणे समाधानी आहे.

३. आता मला मृत्यूची भीती वाटत नाही. पण याचा अर्थ असा नव्हे, की मला मरायची इच्छा आहे किंवा मला आत्ताच मरायचं आहे. मला त्या दुसऱ्या जगात आत्ता जगायची इच्छा नाही. कारण मला या जगात जगायचंय. मी मृत्यूला भीत नाही कारण मी मेल्यावर कुठे जाणार आहे, हे मला माहिती आहे. कारण मी एकदा तिथे जाऊन आलो आहे.

४. मी माझ्या शरीरात, माझ्या आयुष्यात परत येण्यापूर्वी प्रकाशानं शेवटची गोष्ट सांगितली. त्याचा सारांश म्हणजे तो परत येणार आहे. तो म्हणत होता, आत्ता तुला जावं लागेल. पुन्हा जगावं लागेल. पण एक वेळ अशी येईल, जेव्हा मी पुन्हा तुझ्या सान्निध्यात येईल आणि तेव्हा तू खरोखरच मरशील.

त्यामुळे हे मला माहिती आहे. तो प्रकाश, तो आवाज परत येणार आहे. पण कधी? याची मात्र खात्री नाही. मला वाटतं, तो असाच अनुभव असेल पण यापेक्षाही चांगला! कारण अपेक्षित गोष्टीच घडतील आणि माझा गोंधळ उडणार नाही. आणि पृथ्वीवरून मला इतक्यातच जावं लागेल, असं मला वाटत नाही. कारण मला अजून खूप काही करायचं आहे.

माणसाला या अनुभवानंतर मृत्यूची भीती वाटत नाही. कारण या अनुभवानंतर त्याला शारीरिक मृत्यूनंतरच्या अस्तित्वाबद्दल अजिबात शंका

नसते. शिवाय ही त्यांच्यासाठी अंधुक शक्यता नसते तर सत्य असते.

तुम्हाला आठवतंय, सुरुवातीच्या प्रकरणात आपण मृत्यूला झोप आणि विस्मरण या गोष्टींशी जोडलं होतं. पण मृत्यूचा अनुभव घेतलेले लोक या संकल्पना स्पष्टपणे नाकारतात. त्यांच्या मते मृत्यू म्हणजे फक्त एका स्थितीतून दुसऱ्या स्थितीत होणारं रूपांतर असतं किंवा असं म्हणता येईल, चैतन्याच्या किंवा आत्म्याच्या उन्नत स्थितीमध्ये पदार्पण करण्यासारखं ते असतं. एका स्त्रीला तिच्या मृत्यूनंतर आधीच मृत पावलेले तिचे नातेवाईक तिच्या स्वागतासाठी आलेले दिसले. ते पाहून तिनं मृत्यूची आपल्या खऱ्या घरी परतण्याशी तुलना केली. काहीजणांनी वेगवेगळ्या मानसिक स्थितीशी हा अनुभव जोडला. जागृती, उन्नत स्थितीची प्राप्ती किंवा कारावासातून सुटका असं त्यांनी वर्णन केलं.

१. काहीजण म्हणतात, 'आम्ही 'मृत्यू' या शब्दाचा उच्चारच करत नाही कारण आम्ही त्यापासून लांबच राहायचा प्रयत्न करतो.' पण हे माझ्या बाबतीत सत्य नाही. उलट जो अनुभव मी घेतला, तो घेतल्यावर तुमच्या मनात खात्रीच होईल, की मृत्यू अशी कुठली स्थिती नसतेच. प्राथमिक शाळेतून माध्यमिक शाळेत गेल्याप्रमाणे तुम्ही एका पातळीवरून वरच्या पातळीवर जाता एवढंच!

२. जीवन म्हणजे एक तुरुंगवास असतो. शरीरात असताना त्याच्या या कारावासाची आपल्याला जाणीवच नसते. मृत्यू म्हणजे मुक्ती, या तुरुंगातून सुटका! माझ्या मते हीच उपमा उत्तम आहे.

ज्यांची मृत्युपश्चात जीवनाबद्दल काही ठाम (धार्मिक) पारंपरिक मतं होती, ते सुद्धा त्यांच्या अनुभवानंतर या मतापासून काही प्रमाणात दूर गेले. मी संकलित केलेल्या एकाही अहवालात, एकाही माणसानं मृत्युपश्चात अनुभवाचं पौराणिक चित्र उभारलेलं नाही. कोणीही सोन्याचे रस्ते, मोत्याची दारं असलेल्या स्वर्गाचं, पंख असलेल्या किंवा जादूची छडी घेतलेल्या देवदूतांचं वर्णन केलं नाही आणि कोणीही आगीच्या ज्वाळांनी भरलेल्या नरकाबद्दल, जबरदस्ती करणाऱ्या राक्षसांबद्दल सांगितलं नाही.

बऱ्याच घटनांमध्ये फलप्राप्ती आणि शिक्षेच्या (स्वर्ग, नरक) या

पारंपरिक संकल्पनेला स्पष्ट नाकारलेलं दिसलं. अगदी आयुष्यभर या गोष्टीवर नितांत श्रद्धा असलेल्या लोकांनीही या संकल्पना सोडून दिल्या. उलट या लोकांच्या जीवनातील पापकर्मांच्या घटनांचं दर्शन ईश्वरीय प्रकाशासमोर झाल्यावरही त्या प्रकाशानं कोणताही राग किंवा तिरस्कार दर्शवला नाही. तर या घटना त्यानं समजुतीनं घेतल्या, काहींवर विनोदही केले. एका स्त्रीनं जेव्हा तिच्या गतआयुष्याचा पट पाहिला, तेव्हा काही ठिकाणी ती अगदी स्वार्थीपणानं वागलेली दिसली पण प्रकाशाबद्दल ती म्हणते, 'अशा प्रसंगाच्या वेळीसुद्धा मी त्यातून काही शिकते आहे असाच त्याचा दृष्टिकोन होता.'

काहीजण मृत्यूनंतरच्या या जुन्या संकल्पनांच्या जागी नव्या संकल्पना आणि प्रश्न घेऊन आले. अंतापलीकडच्या जगाबद्दल ते सांगतात, तिथे गेल्यावर आपल्या जीवनावर एकतर्फी निकाल लावला जात नाही. तर तिथे परस्पर सहकार्याद्वारे स्वबोधप्राप्तीच्या अंतिम ध्येयाकडे वाटचाल होत असल्याचे दिसते.

या नव्या दृष्टिकोनानुसार, आत्म्याचा विकास, विशेषतः प्रेम आणि ज्ञानाच्या बाबतीत मृत्यूनंतरही थांबत नाही. तो निरंतर चालूच राहतो. कदाचित अनंत काळापर्यंत. या विकासाची पूर्तता कुठेतरी होत असेल, पण त्या विकासाची खोली काय असेल, त्याची पृथ्वीवरून आपण या शरीराद्वारे फक्त एखादी अंधुक आणि ओझरती झलकच पाहू शकतो.

खात्री – पुष्टीकरण

मृत्यूच्या सान्निध्यात आलेल्या या लोकांच्या अनुभवांची सत्यता पडताळून पाहता येईल, असे काही पुरावे स्वतंत्ररीत्या मिळू शकतात का, हा एक स्वाभाविक प्रश्न निर्माण होतो. बऱ्याच लोकांनी शरीराबाहेर राहिल्याचं आणि बरेच प्रसंग या मधल्या काळात पाहिल्याचं सांगितलं आहे. पण याचा अजून कोणी प्रत्यक्षदर्शी साक्षीदार आहे का? किंवा नंतर याची खात्री देणारे काही प्रसंग शोधता येतील का? म्हणजे या सगळ्याच अनुभवाला पुष्टी मिळेल.

नवल म्हणजे बऱ्याच प्रसंगांमध्ये या प्रश्नाचं उत्तर 'हो' असंच मिळालं आहे. इतकंच नाही, तर शरीराबाहेर असताना पाहिलेल्या घटनांचा चांगला पडताळा घेता आला आहे. बऱ्याचशा डॉक्टरांनी याबाबत मोठं आश्चर्य व्यक्त केलं की, कोणतंही वैद्यकीय ज्ञान नसताना रुग्णाला पुनर्जीवित करतानाच्या प्रयत्नांचं साद्यंत वर्णन रुग्ण अगदी अचूक कसा करू शकतो, याचं त्यांना खूप नवल वाटलं. खरंतर रुग्ण जवळजवळ मृतच असतो. तरीदेखील तो या गोष्टी इतक्या सविस्तर कसा सांगतो?

बऱ्याच जणांनी सांगितलं की, शरीराबाहेर असताना त्यांनी जे काही पाहिलं, ते जेव्हा त्यांनी डॉक्टर, नर्स किंवा इतर लोकांना सांगितलं, तेव्हा ते खूपच चकित झाले होते.

उदाहरणार्थ, एक छोटी मुलगी मृत्यूशी लढा देत होती. ती शरीराबाहेर आली तेव्हा शेजारच्या खोलीत तिची मोठी बहीण रडत होती, 'कॅथी, नको जाऊस,' असं म्हणत होती हे तिनं पाहिलं. नंतर जेव्हा कॅथीनं हे बहिणीला सांगितलं तेव्हा ती गांगरलीच कारण कॅथीनं ती कुठे बसली होती, काय म्हणत होती, हे अगदी तंतोतंत सांगितलं.

या दोन परिच्छेदांमध्ये असेच प्रसंग सांगितले आहेत.

१. माझा मृत्यूचा लढा संपल्यावर डॉक्टरांनी मला सांगितलं की माझी अवस्था फार वाईट होती. मी म्हणालो, 'हो, मला माहिती आहे.' त्यांनी विचारलं, 'तुला कसं माहिती?' मी म्हणालो. 'मी काय काय घडलं, ते सगळं सांगू शकतो.' त्यांचा विश्वास बसला नाही. पण मी जेव्हा त्यांना सगळी घटना, अगदी माझा श्वास थांबला तिथपासून – ते पुन्हा जिवंत होईपर्यंत सविस्तर सांगितली, तेव्हा त्यांना धक्काच बसला. त्यांना काय बोलावं हेच कळेना. नंतर अनेकदा त्यांनी मला भेटून खूप गोष्टी विचारल्या.

२. मी अपघातानंतर जेव्हा जागा झालो, तेव्हा माझे वडील समोरच होते. मला काय झालंय, कुठे लागलंय, माझ्या शरीराची किती मोडतोड झालीय आणि डॉक्टरांचं काय मत आहे, हे सगळं जाणून घेण्यात

मला अजिबात रस नव्हता. मी ज्या अनुभवातून गेलो होतो फक्त त्याबद्दल मला बोलायचं होतं. मला इमारतीतून कोणी ओढून बाहेर आणलं, त्या माणसाने कोणत्या रंगाचे कपडे घातले होते, तेव्हा तिथं काय बोलणं चाललं होतं, हे मी बाबांना अगदी सविस्तर सांगितलं. त्यावर ते म्हणाले, 'हो, हे तर अगदी बरोबर आहे. यातल्या बऱ्याच घटनांपासून तर माझं भौतिक शरीर बरंच लांब होतं, त्यामुळे या सर्व घटना बघणं आणि ऐकणं हे शरीराबाहेर असल्याशिवाय शक्यच नव्हतं.'

अंतिमतः काही घटनांमध्ये या सगळ्याच्या पुष्ट्यर्थ पुरावे म्हणून सांगता येतील असे काही प्रसंग मला मिळाले. या स्वतंत्र घटनांची पुरावा म्हणून तपासणी करताना काही गुंतागुंतीचे घटक समोर आले. एकतर या पुराव्याच्या घटनेशी फक्त तो मरणासन्न माणूस निगडित होता किंवा त्याचे एकदोन मित्र किंवा परिचित जवळ होते. दुसरे म्हणजे मी संकलित केलेल्यांपैकी काही वैशिष्ट्यपूर्ण नाट्यमय घटनांमध्ये मी त्या व्यक्तींना नाव गुप्त ठेवण्याचं वचन दिलं आहे. जरी मी नावं सांगितली तरी मला नाही वाटत, या पुष्टी देणाऱ्या घटना पुरावा म्हणून उपयुक्त ठरतील. याचं कारण मी शेवटच्या प्रकरणात सांगणार आहे.

मृत्यूच्या प्रसंगात समान असणाऱ्या पायऱ्या आणि घटनांचा शोध आता अंतिम टप्प्यात आला आहे. या प्रकरणाच्या शेवटी मी चर्चा केलेल्या बऱ्याच घटकांचा समावेश असलेला एक विलक्षण अनुभव मला मांडायचा आहे. यात एक अगदी अनोखी कलाटणी आहे, जिचा उल्लेख या आधी केलेला नाही.

प्रकाशमान आत्मा या अनुभवातील माणसाला त्याच्या नियोजित मृत्यूबद्दल आधीच सांगून टाकतो आणि त्याला पुन्हा जगण्यासाठी जा, असं सांगतो.

ही घटना घडली तेव्हा मला फुप्फुसदाह आणि दम्याचा अतिशय त्रास होत होता, अजूनही होतो. एके दिवशी मला कफाची (खोकल्याची) मोठी ढास लागली आणि माझ्या कण्याच्या

खालच्या बाजूच्या मणक्याला इजा झाली. मी दोन महिन्यात अनेक डॉक्टरांना दाखवले पण तीव्र वेदना तशीच राहिली. मग त्यांनी मला न्यूरोसर्जन डॉ. व्ह्याट यांच्याकडे पाठवलं. त्यांनी मला तपासलं आणि ताबडतोब हॉस्पिटलमध्ये दाखल व्हायला सांगितलं. त्यांनी मला वजन लावून ट्रॅक्शनवर ठेवलं.

मला श्वसनसंस्थेचा विकार आहे हे डॉ. व्ह्याटना माहिती होतं. त्यामुळे त्यांनी फुप्फुसाच्या तज्ज्ञ डॉक्टरांना बोलावलं. त्यांनी भूलतज्ज्ञ डॉ. कोलमन यांचा सल्ला घ्यायचं ठरवलं. फुप्फुसाच्या डॉक्टरांनी माझ्यावर तीन आठवडे उपचार केले. या उपचारानंतर सोमवारी मी भूल देण्यायोग्य झालो होतो. पण तरी त्यांना चिंता वाटत होती. त्यांनी ऑपरेशन (शस्त्रक्रिया) शुक्रवारी करायचं ठरवलं. सोमवारी रात्री मी शांत झोपलो. मंगळवारी पहाटे तीव्र वेदनेने मला जाग आली. मी कूस बदलून वेदना थांबवण्याचा प्रयत्न केला.

पण तितक्यात खोलीच्या एका कोपऱ्यात छताच्या अगदी जवळ एक प्रकाश आलेला दिसला. तो गोल आकाराचा प्रकाश फारतर बारा ते पंधरा इंच व्यासाचा असेल. तो प्रकाश आल्यावर एक भावना माझ्यामध्ये निर्माण झाली, ती अजिबात त्रासदायक नव्हती, उलट ती अतिशय शांत आणि पूर्णपणे स्वस्थता देणारी भावना होती. त्या प्रकाशाकडून एक हात माझ्याकडे आला आणि म्हणाला, 'चल, मला तुला काही दाखवायचंय' आणि क्षणाचाही विलंब न लावता मी निःसंकोचपणे तो हात पकडला. असं करताच मी वर उचलला गेलो आणि माझ्या शरीराबाहेर आलो. मी वळून पाहिलं, तर माझं शरीर पलंगावर पडलेलं होतं आणि मी वरवर छताकडे चाललो होतो.

ज्याक्षणी मी माझं शरीर सोडलं, त्याक्षणी मी प्रकाशाप्रमाणेच गोलाकार झालो. मला एक वेगळीच जाणीव झाली. मला ते

माझ्याच शब्दात सांगावं लागेल कारण याबद्दल कधी कोणी बोललेलं मी ऐकलं नाही. ते रूप नक्कीच आत्म्याचं होतं. ते शरीर नव्हतं. एक धुराचा किंवा वाफेचा ढग होता. सिगरेटच्या धुराची वलयं दिव्याभोवती कशी प्रकाशमान दिसतात, तसा तो दिसत होता. पण मी घेतलेला आकार रंगीत होता. केशरी, पिवळा आणि एक अगदी वेगळाच रंग – साधारण निळसर रंग असावा.

माझ्या या शरीराला आकार नव्हता. तो साधारण गोलसरच होता. पण त्याला हाताप्रमाणे काहीतरी होतं. मला माहिती आहे. प्रकाश जेव्हा माझ्याकडे खाली आला, तेव्हा तोच हात मी वर केला. पण मी वर प्रकाशाकडे जाताना माझ्या भौतिक शरीराचा हात मात्र माझ्या शरीराजवळ तसाच होता. मी जेव्हा माझ्या आध्यात्मिक देहाचा हात वापरत नव्हतो, तेव्हा तो माझा आकार गोलच होता.

मी शेवटी त्या प्रकाशापाशी पोहोचलो आणि आम्ही निघालो. छताच्या भिंतीतून आम्ही बाहेर पडलो. दवाखान्याच्या खालच्या मजल्यावर गेलो. कुठलंही दार, भिंत आम्हाला अडवू शकत नव्हती. आम्ही जवळ गेलो की ते जणू विरून जायचे.

या काळात आम्ही प्रवास करतच होतो. आम्ही फिरत होतो पण वेगाची जाणीव अजिबात नव्हती, आणि एका क्षणात आम्ही दवाखान्याच्या एका खोलीत (रिकव्हरी रूम) पोहोचलो. मला ती खोली याआधी माहिती नव्हती. आम्ही छताच्याजवळ एका कोपऱ्यात सगळ्यांच्या वर थांबलो. डॉक्टर, नर्स, त्यांच्या हिरव्या अॅप्रनमध्ये इकडे तिकडे फिरत होते. सगळीकडे पलंग टाकलेले दिसत होते.

त्या प्रकाशानं एक जागा मला दाखवून सांगितलं, 'हे बघ, तुला इथे ठेवणार आहेत. ऑपरेशन करून आल्यावर तू इथे

येशील. पण तुझं शरीर या जागेवरून परत उठणार नाही. तू ऑपरेशन रूम मध्ये गेल्यावर जागाच होणार नाहीस. काही वेळानं मी जेव्हा तुला परत न्यायला येईन, तेव्हा तू जागा होशील.' म्हणजे त्यानं मला हे शब्दात सांगितलं नाही. तसा तो ऐकू येणारा आवाज नव्हताच. जर असता तर खोलीतल्या इतरांनीही तो ऐकला असता पण त्यांना काहीच ऐकू गेलं नाही. हा संवाद एखाद्या इशाऱ्यासारखा होता आणि तो अगदी स्पष्ट होता. मी ऐकलं नाही, किंवा मला जाणवलं नाही, असं म्हणायला काही वावच नव्हता.

या आध्यात्मिक देहाच्या (आत्म्याच्या) रूपात सगळं काही ओळखणं खूप सोपं झालं होतं. मी विचार करत होतो, आता हा मला काय दाखवणार आहे? आणि लगेचच मला कळलं, त्याच्या मनात काय आहे ते! हा तोच पलंग आहे. समोरून आल्यावर उजवीकडचा - इथेच मी येणार आहे. त्यानं मला इथे मुद्दाम काहीतरी हेतूनं आणलं होतं, यात शंकाच नाही. त्यानं त्याचा हेतू सांगितला. माझा आत्मा माझं शरीर सोडून जाताना मला कसलीही भीती वाटू नये, तो क्षण मी अनुभवावा, यासाठी तो मला इथे घेऊन आला होता. तो लगेच मला घेऊन जाणार नव्हता. तो माझ्या मृत्यूनंतर लगेच दिसणार नव्हता. आधी मला काही अनुभव घ्यावे लागणार होते, अर्थातच या सगळ्यावर, जे घडणार आहे, त्यावर त्याची छाया असणार आहे, त्यामुळे मी अजिबात घाबरू नये, याबद्दल तो खात्री करून घेत होता.

सुरुवातीला मी जेव्हा त्याच्याबरोबर जायला निघालो होतो, तेव्हा मला त्याच्यासारखंच आत्म्याचं रूप आलं होतं आणि वास्तविक तेव्हा जणू काही आम्ही दोघं एकरूप झालो होतो. म्हणजे आम्ही दोघं वेगळे होतो पण तरीही माझ्याबाबतीतल्या प्रत्येक गोष्टीवर त्याचंच नियंत्रण होतं. आणि आम्ही भिंती,

छतामधून जाताना इतके घट्ट जोडलेले होतो, की मला कसलीच फिकीर वाटली नाही. तिथे फक्त शांतता, स्वस्थता आणि कुठेही अनुभवायला न मिळणारी अशी प्रसन्नता होती.

हे सगळं सांगितल्यावर त्यानं परत मला दवाखान्यातल्या माझ्या खोलीत नेलं. मी माझ्या शरीरात पुन्हा परतलो. माझं शरीर मी जसं सोडून गेलो होतो, ज्या स्थितीत होतं; तसंच आत्ताही होतं आणि क्षणार्धात मी शरीरात होतो. मला वाटतं, मी साधारण पाच किंवा दहा मिनिटं माझ्या शरीराबाहेर असेन पण माझ्या या अनुभवाला काळाशी काही देणं घेणं नव्हतं. खरं म्हणजे मी ही किती आणि कोणती वेळ असेल, असा काही विचारसुद्धा केला नव्हता.

या सगळ्या गोष्टीनं मला थक्क करून सोडलं. मी कमालीचा चकित झालो होतो. कोणत्याही साध्या अनुभवापेक्षा सत्य आणि ठळक अनुभव होता तो! आणि दुसऱ्या दिवशी सकाळी – मी अजिबात घाबरलेलो नव्हतो. मी दाढी केली तेव्हा माझ्या लक्षात आलं, की सहा–आठ आठवड्यांपासून दाढी करताना माझे हात कापत होते. पण आज असं काहीच झालं नाही. मला माहिती होतं, मी ऑपरेशननंतर मरणार आहे. पण त्याबद्दल कसलीही भीती नव्हती, की वाईट वाटत नव्हतं. हे थांबवायला मी काय करू, असा विचार देखील मनात आला नाही. मी पूर्णपणे तयार होतो.

मग गुरुवारचा दिवस आला, ऑपरेशनच्या आधीचा दिवस. दुपारची वेळ होती. मी माझ्या हॉस्पिटलमधील खोलीत होतो आणि मला सारखी काळजी वाटत होती. मला बायको, एक मुलगा आणि दत्तक घेतलेला एक पुतण्या होता. त्याकाळात त्याचीच थोडी समस्या चालू होती. त्यामुळे मी माझ्या बायकोला एक आणि पुतण्याला एक अशी दोन पत्रं लिहायची ठरवली. माझं ऑपरेशन झाल्यानंतर त्यांना मिळतील अशा ठिकाणी

मी ती लपवून ठेवणार होतो. माझ्या बायकोसाठीच्या पत्राची एकदोन पानं लिहून झाली आणि जणूकाही अश्रूंचा महापूर आला. मी हुंदके देऊन रडू लागलो. तितक्यात तिथे कोणीतरी असल्याचं मला जाणवलं. मी इतक्या जोरजोरात रडलो, की काय झालंय, हे पाहायला नर्स धावत आली असावी, असं मला वाटलं. पण दार उघडल्याचा आवाज आला नाही. पण तिथं नक्कीच दुसरं कोणीतरीसुद्धा होतं. यावेळेला कसलाही प्रकाश दिसला नाही पण आधीसारखेच काही विचार किंवा शब्द माझ्यापर्यंत आले. तो म्हणाला, 'जॅक. तू का रडतोस? मला वाटलं होतं, तू माझ्यासोबत येण्याच्या विचाराने खूश असशील.' 'हो मी खूशच आहे, मला जायचंच आहे.' मी मनात म्हणालो, 'मग तू का रडतोयस?' त्यानं विचारलं.

'आमच्या पुतण्याच्या काही समस्या आहेत. मला काळजी वाटतेय. माझ्या बायकोला त्याला कसं चांगलं वाढवायला हवं हे माहिती नाहीये. म्हणून मी मला काय वाटतंय, त्याच्यासाठी तिनं काय करायला पाहिजे, हे सगळं लिहून ठेवत होतो. मी असतो तर त्याला लवकर त्याच्या पायावर उभं केलं असतं.'

लगेच त्या अस्तित्वाकडून विचार आले. 'तू इतरांचा विचार करतो आहेस, स्वत:चा नाही. दुसऱ्या कोणासाठी काहीतरी मागतो आहेस म्हणून जॅक, मी तुला पाहिजे ते देतो. तुझा पुतण्या मोठा होईपर्यंत तू जिवंत राहशील' आणि तो अंतर्धान पावला. मी रडणं थांबवलं आणि चुकून माझ्या बायकोच्या हातात ती पत्रं पडू नयेत म्हणून पटकन ती फाडून नष्ट केली.

त्यादिवशी संध्याकाळी डॉ. कोलमन आले. 'तुला भूल देताना बराच त्रास होईल,' असं ते म्हणाले. 'उठल्यावर तू वेगवेगळ्या नळ्या, वायर्स आणि मशीन्सच्या गराड्यात असशील.' मी त्यांना माझा अनुभव सांगितला नाही पण होकार देऊन सहकार्याचं आश्वासन दिलं.

दुसऱ्या दिवशी सकाळी ऑपरेशन बराच काळ चाललं पण चांगलं झालं. मी शुद्धीवर येऊ लागलो. डॉ. कोलमन तिथेच होते. मी त्यांना म्हणालो, 'मी कुठे आहे ते मला माहिती आहे.' 'सांग बरं कुठे आहेस?' त्यांनी विचारलं. खोलीत आल्यानंतर सगळ्यात उजवीकडे पहिल्या पलंगावर. ते हसले. मी भूलीच्या अमलाखाली बोलतोय असंच त्यांना वाटलं.

मी त्यांना काय झालं, हे सांगणार तेवढ्यात डॉ. व्ह्याट आत आले आणि डॉ. कोलमनला म्हणाले, 'अरे, हा तर जागा झाला? काय करायचंय तुला?' डॉ. कोलमन उत्तरले. 'मला करण्यासारखं आता काही राहिलंच नाहीये. मला एवढं आश्चर्य आधी कधीच वाटलं नाही, मी ही सगळी उपकरणं, साधनं त्याला लावायला घेऊन आलो, पण त्याला तर कसली गरजच पडली नाही.' डॉ. व्ह्याट म्हणाले, 'अजूनही चमत्कार घडतात, असं म्हणायला हरकत नाही.' त्यानंतर मी जेव्हा पलंगावर उठून बसू शकलो, तेव्हा इकडे तिकडे पाहिलं, तर मी त्याच पलंगावर होतो, जो मला प्रकाशानं काही दिवसांपूर्वी दाखवला होता.

या घटनेला तीन वर्षं झाली पण आजही ती तितकीच ठळकपणे आठवतेय. माझ्या आयुष्यात घडलेली ती सर्वांत सुंदर घटना होती आणि तिनं माझ्यात खूप मोठा बदल घडवला. पण मी याबद्दल कोणालाच काही बोललो नाही. फक्त माझी बायको, माझा भाऊ, आमचे धर्मगुरू आणि आता तुम्ही. मला समजत नाही कसं सांगू ते. ते स्पष्ट करून सांगणं अतिशय अवघड आहे. मी काही बढाया मारत नाही किंवा हे सगळं सांगून तुमच्या आयुष्यात फार मोठा धमाका उडवल्याचा दावा करत नाही. पण या घटनेनंतर माझ्या मनात कसलीही शंका नाही. मृत्युपश्चातही जीवन आहे, हे मला पक्कं ठाऊक आहे.

प्रकरण 3
समांतर (विचारधारा)

मृत्युसन्निध अनुभवाच्या प्रसंगातील विविध टप्पे अतिशय नाविन्यपूर्ण आणि असामान्य असल्यामुळे, गेल्या काही वर्षांत या अनुभवांना विशेष समांतर असे अनेक दाखले मिळाल्यानंतर मला अतिशय आश्चर्य वाटले. या समांतर विचारधारा अगदी प्राचीन काळापासून अस्तित्वात आहेत. शिवाय विविध काळातील निरनिराळ्या संस्कृतींमध्ये, गूढ रहस्यमय साहित्यामध्ये असे अनेक दाखले आढळतात.

बायबल

आपल्या समाजात मानवी आत्म्याच्या स्वरूपाबद्दल आणि मृत्युपश्चात जीवनाबद्दल सर्वांत जास्त वाचलं जाणारं आणि चर्चा होणारं पुस्तक म्हणजे - बायबल. एकंदरीत पाहता, बायबलमध्ये मृत्यूचं गूढ उलगडणारे प्रसंग किंवा मृत्युपश्चात जीवनाचं स्वरूप यांविषयी फारच थोडं भाष्य आहे. विशेषतः ओल्ड टेस्टामेंटच्या बाबतीत हेच दिसून येतं. बायबलच्या व्यासंगी लोकांच्या मतानुसार ओल्ड टेस्टामेंटमधील फक्त दोन परिच्छेद निःसंदिग्धपणे मृत्युपश्चात जीवनाबद्दल सांगतात.

यशया (२६:१९) - परंतु परमेश्वर म्हणतो, 'तुझे लोक मेले असले तरी जिवंत होतील. आमच्या माणसांचे मृतदेह सजीव होतील. मृतांनो, थडग्यातून उठा आणि आनंदित व्हा. तुमच्यावर पडलेले दव हे जणू नव्या दिवसाचा प्रकाश आहे. तो प्रकाश नवा काळ येत आहे हे दाखवितो. मृत लोकांना आता जमिनीत पुरले आहे पण त्यांना नवजीवन मिळेल.'

दानिएल (१२:२) - पृथ्वीवरील खूप मृत व पुरलेले

उठतील. काहींना चिरंजीवित्व लाभेल पण काहींना कायमची अप्रतिष्ठा व तिरस्कार लाभेल.

लक्षात घ्या, या दोन्ही परिच्छेदांमध्ये पुन्हा जिवंत होण्याचं जोरदार समर्थन केलं असून शारीरिक मृत्यूची झोपेशी तुलना केली आहे.

आधीच्या प्रकरणांमध्ये काही जणांनी त्यांचा अनुभव विशद करताना बायबलमधील विशिष्ट संकल्पनेचा आधार घेतलेला आढळतो. उदाहरणार्थ, तुम्हाला आठवत असेल, एका माणसाने त्या अंधाऱ्या बंदिस्त जागेचं वर्णन करताना 'मृत्युछायेची दरी' (Valley of the shadow of death) असे बायबलमधले शब्द वापरले होते. दोन माणसांनी 'मी जगाचा प्रकाश आहे,' या जिजसच्या उक्तीचा उल्लेख केला होता. याचा अर्थ स्पष्ट आहे, की त्या दोघांनाही दिसलेला प्रकाश येशू ख्रिस्तासारखा वाटला होता. त्यातल्या एकानं मला सांगितलं, 'त्या प्रकाशात मला कोणी व्यक्ती दिसली नाही. पण माझ्यासाठी तो प्रकाश म्हणजे येशू ख्रिस्तच होता, चैतन्य, सर्व गोष्टींमधली एकरूपता, परिपूर्ण प्रेम. मला वाटतं, जेव्हा येशू म्हणाले, 'मी जगाचा प्रकाश आहे,' तेव्हा त्यांना शब्दशः हेच म्हणायचं होतं.'

याचसोबत मी अशा काही समांतर विचारधारा वाचल्या, ज्या मला एकाही व्यक्तीनं सांगितल्या नाहीत. रोचक बाब म्हणजे त्यातल्या काही सुधारणावादी पॉलच्या लिखाणातील आहेत. ते ख्रिश्चन लोकांचा छळ करत असत पण नंतर दमास्कसच्या मार्गावर त्यांना प्रसिद्ध दृष्टांत झाला आणि त्यांची वृत्ती बदलली.

प्रेषितांची कृत्ये (२६:१३–२६)

१३ – वाटेत भर दुपारच्यावेळी मी माझ्या व माझ्यासमवेत असणाऱ्यांच्या भोवती स्वर्गीय प्रकाश फाकलेला पाहिला. तो प्रकाश सूर्यापेक्षाही जास्त प्रखर होता.

१४ – आम्ही सर्व खाली जमिनीवर पडलो आणि हिब्रू भाषेत म ाझ्याशी बोलताना एक वाणी मी ऐकली. ती वाणी म्हणाली, 'शौला, शौला, माझा छळ तू का करतोस? अणुकुचीदार

काठीवर लाथ मारणे तुला हानिकारक आहे.'

१५ - आणि मी म्हणालो, 'प्रभू, तू कोण आहेस?' प्रभूने उत्तर दिले, 'मी येशू आहे, ज्याचा तू छळ करीत आहेस.

१६ - पण ऊठ आणि उभा राहा! या कारणांसाठी मी तुला दर्शन दिले आहे : तुला सेवक म्हणून नेमावे व जे काही तुला दाखविले व जे दाखवीन त्याचा साक्षीदार म्हणून तुला नेमावे.

१७ - मी तुझी यहूदी व यहूदीतर विदेशी यांच्यापासून सुटका करीन. आणि यहूदीतर विदेशी लोकांकडे पाठवीन.

१८ - यासाठी की, त्यांचे डोळे उघडावे व त्याविषयीचे सत्य काय आहे हे तू लोकांना दाखवून द्यावेस व त्यामुळे त्यांना त्यांच्या पापांची क्षमा मिळेल आणि माझ्यामध्ये विश्वासामुळे पवित्र झालेल्या लोकांमध्ये जागा मिळेल.'

१९ - यासाठी, 'अग्रिप्पा महाराज मला जो स्वर्गीय दृष्टान्त झाला, त्याचा मी आज्ञाभंग केला नाही.

२० - उलट पहिल्यांदा दिमिष्कातील आणि नंतर यरुशलेमातील, यहूदा प्रांतातील सर्व आणि यहूदीतर विदेशी लोकांनासुद्धा प्रभूच्या वचनाची साक्ष दिली. त्यांनी पश्चात्ताप करावा, देवाकडे वळावे आणि पश्चात्तापाला साजेल अशी कामे करावी असे मी त्यांना सांगितले.

२१ - या कारणांमुळे मी मंदिरात असताना यहूदी लोकांनी मला धरले आणि जीवे मारण्याचा प्रयत्न केला. परंतु देवाने मला मदत केली म्हणून मी आज येथे उभा राहून समाजातील लहानथोरांना साक्ष देत आहे.

२२ - जे काही पुढे होणार होते, त्याविषयी संदेष्ट्यांनी व मोशेने जे सांगितले त्यापेक्षा दुसरे मी सांगत नाही.

२३ - त्यानुसार देवाचा अभिषिक्त जो ख्रिस्त (मशीहा) तो दुःख

सहन करील. आणि मेलेल्यांतून उठविला जाणाऱ्यांत तो पहिला असेल. यहूदी लोकांना तसेच इतर विदेशी लोकांना देव प्रकाशात नेईल.'

२४ - पौल आपल्या बचावासंबंधी बोलत असताना फेस्त त्याला मोठ्याने म्हणाला, 'पौला, तू वेडा आहेस, जास्त ज्ञानामुळे तुला वेड लागले आहे!'

२५ - पौलाने उत्तर दिले, 'फेस्त महाराज, मी वेडा नाही; तर ज्या गोष्टी खऱ्या आहेत आणि अगदी योग्य आहेत, त्यांच्याविषयीच मी बोलत आहे.

२६ - येथे हजर असलेल्या महाराजांना याविषयी चांगली माहिती आहे, आणि यामुळे मी त्यांच्याशी उघडपणे बोलू शकतो. त्याच्या ध्यानातून काही सुटले नसेल, असे मला खात्रीने वाटते. मी हे म्हणतो, कारण ही गोष्ट एखाद्या कानाकोपऱ्यात झाली नाही.'

ही कथा मरणासन्न लोकांची प्रकाशाशी भेट होण्याच्या प्रसंगाशी मिळती जुळती आहे. प्रथमतः प्रकाशाला शारीरिक रूप नसलं तरी एक प्रेमळ व्यक्तिमत्त्व लाभलं आहे आणि प्रश्न विचारणारा, सूचना देणारा 'आवाज'ही आहे. जेव्हा पॉलने लोकांना सांगण्याचा प्रयत्न केला, तेव्हा त्यांची चेष्टा झाली आणि त्यांना 'वेडा' असं नाव दिलं गेलं. इतकंच नाही तर या दृष्टांतानं त्यांच्या आयुष्याची दिशाच बदलली. त्या दिवसापासून ते ख्रिश्चन धर्माचे आघाडीचे प्रचारक बनले. हा धर्म इतरांवर प्रेम करण्याचा मार्ग असल्याचं ते सांगत.

अर्थातच यात थोडा फरकही आहे. दृष्टांताच्या वेळी पॉल काही मरणासन्न स्थितीत नव्हते. या दृष्टांतानंतर पॉल यांचे डोळे प्रकाशानं दिपून गेले आणि पुढचे तीन दिवस ते काहीच बघू शकले नाहीत. याउलट माझ्याशी बोललेल्या लोकांनी सांगितलं, की प्रकाश जरी अतिशय तेजस्वी होता तरी डोळे दिपवणारा निश्चितच नव्हता आणि त्याच्या सान्निध्यात ते सगळं काही पाहू शकले.

मृत्युपश्चात जीवनाच्या स्वरूपाविषयी बोलताना पॉल म्हणतात, ''काही लोक ख्रिस्ती लोकांच्या मृत्युपश्चात जीवन या संकल्पनेला आव्हान देताना विचारतात, मृताचे शरीर कसे असेल?''

१ करिंथ (१५:३५-५२)

३५ - परंतु कोणीतरी म्हणेल, 'मेलेले कसे उठविले जातात? कोणत्या प्रकारच्या शरीराने ते येतात?

३६ - तू किती मूर्ख आहेस? तू जे पेरतोस ते प्रथम मेल्याशिवाय जिवंत होत नाही.

३७ - आणि तू लावतोस (पेरतोस) त्यासंबंधी तू जे जमिनीत पेरतोस ते वाढलेले रोपटे नसून जे वाढतच राहणार आहे, ते नव्हे तर फक्त धान्य (दाणा). तो गव्हाचा किंवा इतर कोठला तरी असेल.

३८ - आणि मग देवाने निवडल्याप्रमाणे तो त्याला आकार देतो. तो प्रत्येक दाण्याला त्याचे स्वतःचे 'शरीर' देतो.

३९ - जिवंत प्राणिमात्रांचे सर्वांचे देह सारखेच नसतात. त्याऐवजी मनुष्याचे शरीर एक प्रकारचे असते. प्राण्यांचे शरीर दुसऱ्या प्रकारचे असते, पक्ष्यांचे वेगळ्या प्रकारचे असते; आणि माशांचे आणखी वेगळ्या प्रकारचे असते.

४० - तसेच स्वर्गीय शरीरे आहेत आणि पृथ्वीवरील शरीरे आहेत, पण स्वर्गीय शरीराचे वैभव एक प्रकारचे असते, तर जगिक शरीराला दुसरे असते.

४१ - सूर्याचे तेज वेगळ्या प्रकारचे तर चंद्राचे तेज वेगळ्या प्रकारचे असते. आणि तेजाबाबत एक तारा दुसऱ्या ताऱ्यांहून निराळा असतो.

४२ - म्हणून मृतांच्या पुनरुत्थानाबाबत असे असेल, शरीर जे जमिनीत पुरले गेले आहे, ते नाश पावणारे आहे, जे शरीर उठविण्यात

येते ते अविनाशी आहे.

४३ - जे शरीर जमिनीत पुरले आहे, ते अपमानात पुरलेले असते. ते अशक्त असते पण उठविले जाते ते सशक्त शरीर असते.

४४ - जे जमिनीत पुरले जाते ते नैसर्गिक शरीर आहे, जे उठविले जाते ते आध्यात्मिक शरीर आहे. जर नैसर्गिक शरीरे आहेत तर आध्यात्मिक शरीरेसुद्धा असतात.

४५ - आणि तेच पवित्र शास्त्र सांगते, "पहिला मनुष्य, आदाम हा जिवंत प्राणी झाला," पण ख्रिस्त जो शेवटचा आदाम झाला तो जीवन देणारा आत्मा झाला.

४६ - परंतु जे आध्यात्मिक ते प्रथम नाही, जे जगिक ते प्रथम, मग जे आध्यात्मिक आहे ते.

४७ - पहिला मनुष्य मातीतून आला म्हणजे तो धुळीपासून बनविला गेला, तर दुसरा मनुष्य स्वर्गातून आला.

४८ - ज्याप्रमाणे तो मनुष्य मातीपासून बनविला गेला, त्याप्रमाणे लोकसुद्धा मातीपासूनच बनविले गेले आणि त्या स्वर्गीय मनुष्याप्रमाणे स्वर्गीय लोकही तसेच आहेत.

४९ - ज्याप्रमाणे तयार केलेल्या माणसाची प्रतिमा आपण धारण केली आहे, तशी आपणसुद्धा स्वर्गीय माणसाची प्रतिमा धारण करू.

५० - बंधूंनो, मी तुम्हाला सांगतो, आपल्या मांस व रक्त असलेल्या जगिक शरीराला देवाच्या राज्यात वाटा मिळू शकत नाही. तसेच विनाशीपण अविनाशीपणाचा वारसा मिळवू शकत नाही.

५१ - पाहा! मी तुम्हाला एक रहस्यमय सत्य सांगत आहे. आपण सर्व मरणार नाही. आपण सर्व बदलून जाऊ.

५२ - क्षणात डोळ्यांची उघडझाप होते इतक्या लवकर, जेव्हा शेवटचा कर्णा वाजेल आणि मेलेले अविनाशीपणात उठविले

जातील आणि आपण जे अजूनही जिवंत आहोत ते बदलून जाऊ.'

पॉलने रेखाटलेलं हे आत्म्याचं चित्र आपण आधी पाहिलेल्या काही व्यक्तींच्या शरीराबाहेरच्या अनुभवांशी निगडित आहे. सगळ्याच प्रसंगांमध्ये आत्म्याची अभौतिकता – त्याचं अशारीर असणं यावर सर्वांनी भर दिला आहे. त्याचप्रमाणे त्याच्या अमर्यादतेचाही उल्लेख आहे.

पॉल म्हणतात, "जिथे शरीर कमकुवत आणि अजागळ असेल तिथे आत्मा शक्तिवान आणि सुंदर असतो. यावरून मला मरणासन्न माणसाचा एक अनुभव आठवला. त्यात शारीरिक स्थिती गलितगात्र असली, जखमी असली तरी, आत्मा मात्र संपूर्ण स्थितीत असतो आणि त्याला विशिष्ट वयही नसतं, म्हणजे काळाचं बंधन नसतं."

प्लेटो

प्लेटो हे थोर तत्त्ववेत्ता आणि विचारवंत ख्रिस्तपूर्व ४२८ ते ३४८ या काळात अथेन्समध्ये राहत होते. त्यांच्या साधारण बावीस नाटकांमधून किंवा संवादांमधून तत्त्वज्ञानविषयक विचारांचा खजिना त्यांनी दिला आहे. यातल्या बऱ्याच नाटकांत त्यांचे शिक्षक सॉक्रेटीस यांचा त्यांनी प्रमुख संभाषणकर्ता म्हणून समावेश केला आहे. त्यांची काही पत्रंही आहेत.

प्लेटो सत्य आणि ज्ञानप्राप्तीसाठी कार्यकारणभाव, तर्क आणि वादाचा पुरस्कार करणारे होते, पण एका मर्यादेपर्यंतच. ते एक थोर द्रष्टेही होते. सत्याचा शोध हा गूढ अनुभवांतून आणि अंतर्मनातूनच घेता येतो, असा दावा त्यांनी केला. जाणीव होणाऱ्या या ऐहिक, भौतिक जगापेक्षा वेगळ्या अस्तित्वाच्या पातळ्या आणि क्षेत्रं आहेत, याचाही त्यांनी स्वीकार केला होता. या भौतिक जगताचं ज्ञान उच्च अस्तित्वाच्या पातळीच्या दृष्टिकोनानंच होऊ शकतं, असा त्यांचा विश्वास होता. त्याचप्रमाणे त्यांना मानवाच्या अशरीरी, चैतन्यमय आत्म्यामध्ये विशेष रस होता. शरीर म्हणजे त्या आत्म्याचं तात्पुरतं वाहन आहे, असं ते मानत. त्यामुळेच मृत्यूनंतरच्या आत्म्याच्या अस्तित्वाबद्दल त्यांना रस वाटला, यात नवल ते काय! त्यांच्या 'फायेडो', 'गोर्गीयस' आणि 'द रिपब्लिक' या संवादांमधून त्यांनी

या विषयावर बरंचसं लिहिलं आहे.

प्लेटोंनी केलेलं मृत्यूचं सविस्तर वर्णन आपण आधीच्या प्रकरणात पाहिलेल्या वर्णनांप्रमाणेच आहे. त्यात प्लेटो म्हणतात, मृत्यू म्हणजे अशारीर चैतन्याची - आत्म्याची - भौतिक शरीरापासून सुटका. इतकंच नव्हे तर या अशारीर आत्म्याला शरीराला असणाऱ्या कोणत्याही मर्यादा नसतात. या जाणिवेपलीकडच्या जगात काळ नावाचा घटकच नसतो, असंही प्लेटो निदर्शनास आणून देतात. हे दुसरं जग शाश्वत आहे. प्लेटोच्या प्रसिद्ध विधानानुसार - काळ म्हणजे शाश्वत जगाचं हलतं, खोटं प्रतिबिंब असतं.

प्लेटो त्यांच्या विविध लिखाणातून शरीरातून सुटलेल्या आत्म्याबद्दल चर्चा करतात. या आत्म्याला आधीचे मुक्त झालेले आत्मे भेटत असावेत. त्यांच्याशी संवाद साधत असावेत. शरीर सोडून दुसऱ्या जगात प्रवेश करताना या आत्म्यांकडून ते मार्गदर्शन घेत असावेत. प्लेटो पुढे म्हणतात, काही जण मृत्यूसमयी अशी अपेक्षा करू शकतात की त्यांना एक नाव घ्यायला येईल आणि ती त्यांना त्या पलीकडच्या तीरावर घेऊन जाईल.

फायेडोमध्ये नाट्यपूर्ण आणि वादग्रस्त प्रसंगात शरीर हे आत्म्याचा तुरुंग असून मृत्यू म्हणजे त्या तुरुंगातून आत्म्याची सुटका आहे, असं दर्शविणारे संवाद आहेत. पहिल्या प्रकरणात आपण पाहिलं की प्लेटो (सॉक्रेटिसच्या माध्यमातून) मृत्यूसंबंधीचा एक पुरातन दृष्टिकोन मांडतात - मृत्यू म्हणजे चिरनिद्रा किंवा संपूर्ण विस्मरण. पण लगेचच तो ते नाकारतात आणि खरंतर त्यापासून संपूर्ण फारकत घेऊन विरुद्ध गोष्ट मांडतात.

प्लेटोंच्या मते, उच्च आणि पवित्र अशा चैतन्यमय जगातून आत्मा शरीरात प्रवेश करतो. जीवन म्हणजे झोप किंवा विस्मरणच नव्हे का? कारण आयुष्य जगताना आत्मा जागृतीपासून अगदी असजग असलेल्या स्थितीत जातो. त्या दरम्यान त्याला आधीच्या (आत्म्याच्या अशरीरी) अवस्थेतील सगळ्या सत्याचं विस्मरण होतं. याचाच अर्थ, मृत्यू म्हणजे 'जागृती' आणि 'स्मरण'.

मृत्यूसमयी शरीरापासून विलग झालेला आत्मा आधीपेक्षा अधिक

चांगला, स्पष्ट विचार करू शकतो. कार्यकारण शोधू शकतो, अधिक वेगानं गोष्टी सत्य स्वरूपात ओळखू शकतो. कारण त्यापुढंही, मृत्यूनंतरही आत्म्याला निर्णायक निवाड्याला सामोरं जावं लागतं. त्यावेळी एक दिव्य आत्मा त्याच्यापुढे त्यानं केलेल्या चांगल्या आणि वाईट अशा दोन्ही गोष्टी समोर ठेवतो आणि आत्म्याला त्याला तोंड द्यावं लागतं.

'द रिपब्लिक' दहाव्या पुस्तकात कदाचित सर्वांत जास्त साम्य दिसून येतं. यामध्ये प्लेटोनी 'एर' या ग्रीक सैनिकाची पुराणकथा उद्‌धृत केली आहे.

एर एका युद्धावर गेला होता. त्या लढाईत अनेक ग्रीक सैनिक मारले गेले. जेव्हा लोक युद्धात मरण पावलेल्या लोकांना आणायला गेले, तेव्हा त्या मृतदेहांमध्ये एरचा देहसुद्धा होता. इतरांबरोबर त्यालाही त्या चितेवर ठेवलं गेलं. थोड्या वेळाने एरच्या देहात पुन्हा चैतन्य जागृत झालं. या सगळ्या दरम्यान त्यानं त्या ऐहिक जगापलीकडच्या राज्यात काय अनुभवलं, याचं वर्णन एरने केलं. सर्वप्रथम तो म्हणाला, 'त्याचा आत्मा शरीराबाहेर पडला. इतर आत्म्यांच्या सोबतीनं पुढं जाऊ लागला. ते एका अशा जागी गेले तिथे अनेक दरवाजे आणि वेगवेगळे मार्ग होते. ते सगळे पृथ्वीपासून निघून त्या जीवनापलीकडच्या जगात जात होते. इथे इतर आत्म्यांना थांबवून दिव्य आत्म्यांनी त्यांचा न्यायनिवाडा केला. ते दिव्यात्मे पृथ्वीवरच्या त्यांच्या आयुष्यातील सर्व गोष्टी एका दृष्टिक्षेपात पाहू शकत होते. एरचा मात्र निवाडा झाला नाही. उलट त्याला परत जायला सांगून त्यांनी तिथल्या जगाची माहिती इतरांना द्यायला सांगितलं. आणखीही बरीच दृश्यं दाखवल्यावर एरला परत पाठवण्यात आलं. पण तो त्याच्या शरीरात पुन्हा कसा आला, याबाबत मात्र त्याचं दुर्लक्ष झालं. तो जागा झाला तेव्हा चितेवर असल्याचं त्याला दिसलं.

प्लेटो स्वतः सांगतात, मृत्युपश्चात आपला आत्मा ज्या जगात जाणार आहे, त्याचं त्यांनी केलेलं वर्णन हे शक्य तेवढं योग्य आणि उत्तम असेल. ही गोष्ट लक्षात घेणं महत्त्वाचं आहे. म्हणजे मृत्युपश्चात आयुष्याबद्दल त्यांना कसलीही शंका नव्हती, पण आपण स्वतः जिवंत असताना मृत्युपश्चात

जीवनाबद्दल सांगताना आपल्याला दोन अडचणी येतात. कारण एक तर आपला आत्मा आपल्या शरीरात बंदिस्त असतो. शिवाय शारीरिक जाणिवांमधून मिळणारा अनुभव आणि ज्ञान एका मर्यादेपर्यंतच मिळतं. पाहणं, ऐकणं, स्पर्श, चव आणि वास आपल्याला येथे फसवू शकतात. खूप लांबून पाहिल्यावर मोठी गोष्टही लहान दिसू शकते. एखाद्याचे शब्द चुकीचे ऐकून आपण गैरसमज करून घेऊ शकतो. त्यामुळे आपला आत्मा सत्य कधी समजूच शकत नाही. शारीरिक जाणिवांमधल्या गोंधळापासून मुक्त झाल्याखेरीज आत्म्याला सत्य समजत नाही.

दुसरं म्हणजे प्लेटोंच्या मते मानवी भाषा अंतिम सत्य सांगण्यासाठी असमर्थ ठरते. गोष्टींचं अंतरंग शब्दांमुळे उलगडण्याऐवजी लपलं जातं. ऐहिक जगापलीकडच्या जगाची वास्तवता फक्त मानवी भाषेत निर्देशित केली जाते. काही पौराणिक कथा किंवा गोष्टींमधून अप्रत्यक्षरीत्या येनकेन प्रकारे ते स्पष्टीकरण दिलं जातं.

मृत्यूवरचं तिबेटियन पुस्तक (ग्रंथ)

अनेक शतकांपूर्वी प्रागैतिहासिक काळापासून संतांच्या शिकवणीतून आलेलं हे संकलित ज्ञान मौखिक पद्धतीनं नंतरच्या पिढ्यांपर्यंत पोहोचलं. शेवटी हे सगळं ज्ञान आठव्या शतकात लिहिलं गेलं पण तेव्हासुद्धा ते इतरांपासून गुप्त ठेवण्यासाठी लपवलं गेलं.

या असामान्य पुस्तकाचं स्वरूप त्याच्या बहुउपयुक्ततेनंच त्याला दिलं आहे. सर्वप्रथम ज्या ज्ञानी माणसांनी मृत्यूसंबंधी हे पुस्तक लिहिलं, त्यांनी मृत्यूला एक कला म्हणून संबोधलं आहे. ते म्हणतात, ही गोष्ट कलात्मकरीत्या पण होऊ शकते किंवा याच्या अगदी विरुद्ध प्रकारे सुद्धा होऊ शकते, हे सर्व त्या व्यक्तीच्या ज्ञानावर अवलंबून असतं. त्यामुळे या पुस्तकाचं वाचन अंत्यविधीचा भाग म्हणून केलं जातं किंवा एखादी व्यक्ती तिचे अंतिम क्षण मोजत असताना केलं जातं. यातून दोन हेतू साध्य करण्याचा विचार होता. मरणाऱ्या व्यक्तीला या नव्या आश्चर्यजनक संकल्पनेची कल्पना यावी. नव्या अनुभवाला सामोरं जायला त्याच्या मनाची तयारी व्हावी हा हेतू होता. दुसरा उद्देश म्हणजे इतर जिवंत व्यक्तींनी

मृत्यूबद्दल सकारात्मक दृष्टिकोन ठेवावा. जाणाऱ्या व्यक्तीला आपल्या प्रेमाच्या बंधनानं मागं खेचू नये. त्याला नव्या जगात मनाच्या योग्य स्थितीत जाऊ द्यावं. सगळ्या शारीरिक गोष्टींपासून मुक्त होऊन त्याला निश्चिंतपणे जाता यावं, यासाठी या पुस्तकाचं वाचन केलं जाई.

असा योग्य परिणाम साधला जावा म्हणून मृत्युपश्चात आत्मा ज्या ज्या स्थितीतून जातो, त्याचं सविस्तर वर्णन या पुस्तकात दिलं आहे. यातील मृत्यूच्या सुरुवातीच्या काही टप्प्यांमध्ये आणि लोकांनी मला सांगितलेल्या अनुभवांमध्ये विलक्षण साम्य आढळतं.

तिबेटियन मतानुसार मरणाऱ्या व्यक्तीचा आत्मा त्याच्या शरीरापासून विलग होतो. काही वेळेस त्यानंतर त्या आत्म्याला मूर्च्छा येते आणि तो एका पोकळीत प्रवेश करतो - म्हणजे खरी पोकळी नव्हे, पण स्वतःच्याच काही मर्यादा असलेली आणि त्याचं भान अजूनही राखून ठेवणारी पोकळी. त्याला काही सूचक, त्रासदायक आवाज, गर्जनेप्रमाणे किंवा गडगडाटाप्रमाणे मोठे आवाज किंवा वाऱ्याच्या शिळेसारखे नाद ऐकू येतात. त्याला त्याच्याभोवती धुक्याची चमकती आवरणं असल्यासारखं वाटतं.

स्वतःला शरीराबाहेर आलेलं पाहून तो खूप आश्चर्यचकित होतो. त्याचे नातेवाईक, मित्र त्याच्या मृत्यूमुळे शोक करताना त्याला दिसतात. त्यांचा विलाप त्याला ऐकू येतो. त्याच्या अंत्यविधीची ते तयारी करताना दिसतात. पण तो त्यांना काही सांगू पाहतो. ते त्यांना ऐकूही जात नाही आणि त्याला ते पाहूही शकत नाहीत. त्याला स्वतःला तो मेला आहे, हे अजूनही कळत नाही आणि तो गोंधळून जातो. तो मेल्याची खात्री करून घेण्याचा प्रयत्न करतो पण त्यानंतरही त्याला तो मेला आहे, हे कळत नाही आणि तो संभ्रमित होतो. शेवटी जेव्हा त्याला मेल्याची खात्री होते, तेव्हा त्याला कळत नाही की कुठे जावं आणि काय करावं? त्याला खूप वाईट वाटतं आणि तो निराश होतो. काही काळ तो त्याच्या जीवनातील ओळखीच्या जागांपाशी घुटमळत राहतो.

मग त्याला जाणवतं, की त्याला अजूनही एक देह आहे - चमकता देह, पण हा देह कसल्याही भौतिक पदार्थापासून बनलेला नाही. त्यामुळे तो

भिंती, दगड, इतकंच काय पण डोंगरातूनही कोणत्याही अडथळ्याशिवाय आरपार जाऊ शकतो. हा प्रवासही तत्काळ, एका निमिषार्धात होतो. त्याला जिथे जावंसं वाटतं, तिथे तो पुढच्याच क्षणी पोहोचलेला असतो.

त्याचे विचार, त्याची समज याला कसलीच मर्यादा राहत नाही. त्याचं मन स्वच्छ होतं आणि त्याच्या जाणिवा अधिक तीव्र, सुयोग्य आणि दिव्यत्वाच्या जवळ पोहोचतात. त्याच्या भौतिक शरीरात असताना जर तो अंध, बहिरा किंवा अपंग असेल तरी त्याच्या या चमकत्या देहामध्ये या सर्व कमतरता दूर तर झालेल्या असतातच, त्याचबरोबर त्याची सर्व इंद्रियं अधिक तीव्र झालेली असतात. तो त्याच्याप्रमाणेच देह धारण केलेल्या इतर आत्म्यांना भेटतो आणि कदाचित शुद्ध, दिव्य प्रकाशही त्याला दिसतो. तिबेटियन विचारानुसार या दिव्य प्रकाशाकडे जाणारी मृत व्यक्ती इतरांबद्दल फक्त प्रेम आणि स्नेह मिळवण्याचा प्रयत्न करते.

या पुस्तकात मरणाऱ्या व्यक्तीला जाणवणारी अमर्याद शांतता आणि तृप्ती याविषयीही वर्णन केलं आहे. त्याचं पूर्ण आयुष्य, त्यानं आयुष्यात केलेल्या चांगल्या आणि वाईट, दोन्ही तऱ्हेच्या गोष्टींचं प्रतिबिंब किंवा आरसा त्याला आणि निवाडा करणाऱ्या आत्म्यांना साद्यंत दिसतं. या स्थितीत गैरसमजूत, किंवा स्वत:च्या जीवनाबद्दल खोटं बोलणं अशक्य असतं.

थोडक्यात, मृत्यूबद्दलच्या तिबेटियन पुस्तकातल्या पुढच्या घटना जरी माझ्या एकाही अहवालात मिळालेल्या, सांगितलेल्या नाहीत, तरी या प्राचीन हस्तलिखितातील कित्येक गोष्टी मी संकलित केलेल्या अनुभवांशी तंतोतंत जुळतात. हजारो वर्षांपूर्वीचा हा ग्रंथ जे सांगतो, तेच आज विसाव्या शतकातले अमेरिकन मला सांगताहेत.

इमॅन्युएल स्वीडनबोर्ग

स्टॉकहोममध्ये जन्मलेल्या स्वीडनबोर्गचा काळ १६८८ ते १७७२ होता. नैसर्गिक विज्ञानाच्या क्षेत्रातील त्याच्या उल्लेखनीय योगदानाबद्दल तो त्या काळात प्रसिद्ध होता. शरीरशास्त्र, इंद्रियविज्ञान आणि मानसशास्त्रावरच्या त्याच्या लिखाणाला सर्वमान्यता मिळाली होती.

त्याच्या नंतरच्या आयुष्यात त्याला धार्मिक संकटांना तोंड द्यावं लागलं. त्यानंतर तो अंतापलीकडच्या जगातील आत्म्यांशी संवादाचे अनुभव सांगत असे. नंतरचं त्याचं कार्य मृत्युपश्चात जीवन कसं आहे, याचं सविस्तर वर्णन करण्याचंच राहिलं. त्याच्या या आत्मिक अनुभवकथनामध्ये आणि मृत्युसन्निध जाऊन आलेल्या लोकांच्या अनुभवांमध्ये कमालीचं साम्य दिसून येतं. उदाहरणार्थ –

स्वीडनबोर्ग सांगतो, शरीराचे श्वासोच्छ्वास आणि रक्ताभिसरण जेव्हा थांबतं, तेव्हा माणूस मरत नाही. फक्त या जगात तो वापरत असलेल्या शरीरापासून अलग होतो... आणि या जगातून दुसऱ्या जगात जातो.

त्यानं स्वतः असे मृत्युसन्निध अस्तित्व अनुभवले असल्याचा दावा केला आहे. त्याला तेव्हा शरीराबाहेर असल्याची जाणीव झाली होती.

शरीराला जाणवणारी कोणतीही संवेदना मला जाणवत नव्हती. मी जवळजवळ मृतप्राय झालो होतो. पण आतील जीवन आणि विचार पूर्ण अस्तित्वात होते, त्यामुळेच मी लक्षात ठेवू शकलो की तेव्हा काय झालं होतं. हेच मृत्यूच्या तावडीतून सुटलेल्या इतरांच्या बाबतीतही घडतं. माझं मन... माझा आत्मा माझ्या शरीरातून बाहेर खेचला जातोय, याची जाणीव होण्यासाठीच तो अनुभव होता, असे मला वाटते.

या काळात त्याला जे आत्मे भेटले, त्यांना त्यानं 'देवदूत' असं संबोधलं. त्या देवदूतांनी त्याला विचारलं, 'तो मरायला तयार आहे का?'

त्या देवदूतांनी आधी माझ्या विचारांची चाचपणी केली. सामान्यपणे मरणाऱ्या व्यक्तीप्रमाणेच ते शाश्वत आयुष्याबद्दलचे आहेत का, हे त्यांनी चाचपून पाहिलं. माझ्या मनात त्यांना तेच विचार ठेवायचे होते.

तथापि स्वीडनबोर्ग आणि त्या पवित्र आत्म्यांमधला संवाद हा लौकिक भाषेतला नव्हताच. ते विचारांचं थेट स्थानांतर होतं. त्यामुळे

त्यात काही गैरसमज होण्याची सुतरामही शक्यता नव्हती.

शिवाय ते आत्मे एकमेकांशी वैश्विक भाषेत संवाद साधत होते. प्रत्येक माणूस मृत पावल्याबरोबर लगेच त्याच्या आत्म्याला योग्य ठरेल अशा वैश्विक भाषेच्या सान्निध्यात येतो.

देवदूत किंवा आत्मे अगदी खणखणीत आवाजात एखाद्या माणसाशी बोलतात पण ते फक्त त्याच माणसाला ऐकू येतं. अगदी जवळ असलेल्या दुसऱ्या माणसाला अजिबात ऐकू जात नाही. याचं कारण ते बोलत असलेलं प्रथम माणसाच्या मनात विचारांच्या रूपात येतं.

नुकत्याच मरण पावलेल्या व्यक्तीला तो मृत पावला आहे, हे चटकन ओळखता येत नाही. कारण त्याच्या शरीरासारखाच आणखी एक देह त्याला अजूनही असतो.

सुरुवातीला मृत माणसाची स्थिती त्याच्या जगातल्याप्रमाणेच असते. कारण इथे तो बाहेरून आलेला असतो. त्याला वाटत असतं, की तो अजूनही पूर्वीच्याच जगात आहे. जेव्हा त्याला समजतं, त्याला त्याच्या शरीराप्रमाणेच आणखी एक देह आहे. तेव्हा त्याला आश्चर्य वाटतं... नंतर त्याला स्वर्ग म्हणजे काय, आणि नरक कसा असतो, याबद्दल जाणून घ्यावंसं वाटतं.

या आत्म्याच्या स्थितीला मर्यादा अशी नसतेच. समज, विचार आणि स्मरण अगदी सुस्पष्ट असतं. शिवाय काळ आणि अंतर यांमुळे भौतिक जगाप्रमाणे कोणताही अडथळा निर्माण होत नाही.

तसंच आत्म्याच्या सर्व शक्ती अगदी सुयोग्य स्थितीत असतात. तशाच जाणिवा, तेच विचार आणि तीच समज.

काही वेळा मरणाऱ्या व्यक्तीला आधी मरण पावलेले त्याच्या ओळखीचे मृतात्मे भेटतात. या जगातून त्या जगात जाण्यासाठी ते त्याला मदत करतात.

जगापासून नुकत्याच विलग झालेल्या आत्म्याला त्याचे आधीच्या जगातले मित्र ओळखतात. त्यांनाही त्यांच्या मित्रांकडून शाश्वत जगाची माहिती मिळालेली असते.

त्याच्या गतआयुष्याचा पट त्याला दाखवला जातो. त्याला प्रत्येक गोष्ट सविस्तर आठवते आणि तिथे खोटं सांगण्याची किंवा काही लपवण्याची शक्यताच नसते.

माणसाच्या अगदी तान्ह्या वयापासून ते म्हातारपणापर्यंतचे त्याचे विचार, त्याचं बोलणं, त्यानं केलेलं काम... त्याच्या सुप्त स्मृतीमध्ये जसंच्या तसं साठवलेलं असतं. या दुसऱ्या जगात येताना हा सुप्त स्मृतिकोष माणसाबरोबर येतो आणि त्याला सगळं पुन्हा आठवतं. त्यानं जे काही केलंय, जे तो बोललाय, ते सगळं त्या देवदूतांपुढे स्वच्छ प्रकाशात मांडलं जातं. जगात अशी कोणतीच गोष्ट लपून राहू शकत नाही, ती मृत्यूनंतर स्वर्गीय प्रकाशात, प्रतिमा स्वरूपात त्या आत्म्याला दिसतेच.

स्वीडनबोर्गसुद्धा 'परमेश्वराचा प्रकाश' असं वर्णन करतो. त्याची अवर्णनीय तेजस्विता त्याने ओझरती पाहिली होती आणि त्याच्या मनात ती झिरपली होती. हा सत्य आणि समज (ज्ञान) यांचा प्रकाश आहे, हे त्यानं ओळखलं.

म्हणजे पुन्हा स्वीडनबोर्गच्या लिखाणात आणि आपण आधी पाहिलेल्या बायबल, प्लेटोचे कार्य, मृत्यूविषयीचे तिबेटियन पुस्तक या सर्व गोष्टींमध्ये विलक्षण साम्य आहे. हेच सर्व अनुभव या काळात मरणासन्न झालेल्या लोकांनी सांगितले. ही समांतर विचारधारा जरी आश्चर्यकारक असली तरी एक प्रश्न उद्‌भवतोच. कोणी म्हणेल, या लेखकांचा कदाचित

स्वीडनबोर्गच्या सर्व उक्ती – 'कॉम्पेंडियम ऑफ द थिओलॉजिकल अँड स्पिरीच्युअल रायटिंग्ज ऑफ इमॅन्युएल स्वीडनबोर्ग' या पुस्तकातून घेतल्या आहेत. (बोस्टन : क्रॉस्बी ॲन्ड निकोल्स १८५३ पृ.क्र. १६०-१९७)

एकमेकांवर प्रभाव पडला असेल. काही बाबतीत त्यांचं हे प्रतिपादन खरं असू शकेल पण सगळ्याच बाबतीत नाही. प्लेटोंनी स्वतः कबूल केलं आहे, की त्यांच्या समजुतींवर पूर्वेकडील धार्मिक गूढवादाचा प्रभाव आहे. म्हणजेच त्यांनी काही संकल्पना मृत्यूविषयीच्या तिबेटियन पुस्तकातून उचलल्या असाव्यात. ग्रीक तत्त्वज्ञानातील काही कल्पनांचा न्यू टेस्टामेंटस्च्या लेखकांवर पगडा होता, त्यामुळे असं म्हणता येईल, की पॉलच्या आत्म्याविषयीच्या कल्पनांचं मूळ प्लेटोच्या लिखाणात आहे.

दुसरीकडे बऱ्याच घटनांमध्ये असा कोणताही प्रभाव नसावा, असं दिसून येतं. काही लेखकांनी नव्या रोचक गोष्टी सांगितल्या आहेत. मी मुलाखत घेतलेल्या लोकांनीसुद्धा माझ्याशी बोलताना सांगितल्या आहेत पण आधीच्या कोणाही लेखकाच्या लिखाणात त्या आढळल्या नाहीत. स्वीडनबोर्गने बायबल वाचलं होतं आणि प्लेटोही त्याला परिचित होते पण बऱ्याच वेळा त्यानं नुकतीच मृत पावलेली व्यक्ती आपण मेलो आहोत, हे समजू शकत नाही, असं म्हटलं आहे. मी घेतलेल्या मुलाखतीतल्या व्यक्तींच्या निवेदनात हे सत्य वारंवार सांगितलं जातं. पण याचा उल्लेख बायबलमध्येही नाही आणि प्लेटोंनीही केलेला नाही. मात्र यावर तिबेटियन पुस्तकात भर दिलेला दिसतो. पण स्वीडनबोर्गने हे पुस्तक वाचलं असण्याची अजिबात शक्यता नाही. खरं तर १९२७ पर्यंत ते अनुवादितही झालं नव्हतं.

मी संकलित केलेले मृत्युसमीप अनुभव तर या सगळ्या गोष्टींनी प्रभावित नसतील ना? मला भेटलेल्या सगळ्या व्यक्ती त्यांच्या अनुभवाआधी बायबलशी तोंडओळख तरी झालेल्या असतील. दोघातिघाजणांना प्लेटोच्या कल्पनांबाबत माहिती होती. याउलट कोणालाही स्वीडनबोर्गच्या कार्याबद्दल किंवा तिबेटियन पुस्तकाबद्दल कसलीही माहिती नव्हती. बायबलमध्ये आणि प्लेटोच्या लिखाणातही न आढळलेल्या कितीतरी बाबी मी संकलित केलेल्या अनुभवांमध्ये आल्या आहेत. या बाबी इतर दुर्मीळ स्रोतांमधून मिळालेल्या संकल्पनांशी आणि प्रसंगाशी मिळत्याजुळत्या आहेत.

प्राचीन विचारवंतांच्या ग्रंथांमधील विचारधारा आणि आत्ताच्या आधुनिक अमेरिकन लोकांनी सांगितलेले मृत्यूसंबंधीचे अनुभव यांत

असलेलं विलक्षण साम्य इतकं स्पष्ट आहे, की त्याचं वेगळं, निश्चित असं स्पष्टीकरण द्यायची गरज नाही, हे कबूल करायलाच हवं. हे कसं शक्य आहे, असा प्रश्न आपल्याला पडायला हवा. तिबेटियन संतांचं ज्ञान, पॉलचे धर्मशास्त्र आणि दृष्टी, प्लेटोची आगळीवेगळी ज्ञानसंकल्पना आणि पुराणकथा, तसंच स्वीडनबोर्गचे आत्म्याविषयीचे चमत्कार हे सगळे एकमेकांशी आणि सद्य:काळातील प्रत्येक माणसाच्या मृत्युसन्निध अनुभवांशी इतके सुसंगत कसे?

प्रकरण ४
प्रश्नावली

आत्तापर्यंत वाचकांच्या मनात अनेक शंका आणि प्रश्न उपस्थित झाले असतील. इतके वर्षं मी या विषयावर लोकांशी खासगीत आणि उघड व्याख्यानांमधून बोलतोय. दरवेळी मला असंख्य प्रश्न विचारले जातात. अनेक वेळा मला काही समान प्रश्न पुन: पुन्हा विचारले जातात. वेगवेगळ्या ठिकाणी विविध लोकांनी विचारलेल्या या समान प्रश्नांची मी यादीच बनवली आहे. या आणि पुढच्या प्रकरणात मी वारंवार विचारल्या जाणाऱ्या प्रश्नांबद्दल बोलणार आहे.

प्रश्न – या सर्व गोष्टी तुम्ही तुमच्या मनानं तर बनवल्या नाहीत ना?

उत्तर : नाही. मला 'मानसशास्त्र' आणि 'औषधशास्त्राचं तत्त्वज्ञान' हे विषय शिकवण्यात कारकीर्द घडवायची आहे आणि कसलीही लांडीलबाडी मला त्या ध्येयाच्या जवळ घेऊन जाणार नाही, त्यापासून दूरच घेऊन जाईल, हे मला माहिती आहे.

कोणी अभ्यासूवृत्तीनं आणि सहानुभूतीनं त्यांच्या परिचितांच्या, मित्रांच्या आणि नातेवाइकांच्या अशा अनुभवांबद्दल थोडी चौकशी केली, तर त्यांच्या शंकांचं लवकरच निरसन होईल असं मला वाटतं.

प्रश्न – पण तुम्ही जे सांगताय ते खरं वाटत नाही. असे अनुभव किती लोकांना येत असतात?

उत्तर : सर्वांत प्रथम मी हे कबूल करतो, की मी अभ्यासलेल्या घटना तशा मर्यादितच आहे. त्यामुळे या संकल्पनेला पुष्टी देईल इतके संख्यात्मक पुरावे देणं मला शक्य नाही. ज्यांनी याचा अभ्यास केलेला नाही, त्यांना अंदाज येणं कठीण आहे पण असे अनुभव येणं हे तितकंसं

दुर्मीळ नाही. मी या विषयावर अनेक ठिकाणी व्याखानं दिली आहेत. जास्त-कमी लोकांमध्ये, वेगवेगळ्या तऱ्हेच्या माणसांशी मी बोललो आहे, पण एकाही ठिकाणी असा अनुभव आला नाही, जेथे एकही माणूस त्याची स्वतःची कथा सांगायला आला नाही. कित्येकवेळा लोकांनी त्यांचे अनुभव सर्वांना सांगण्याचं धैर्य दाखवलंय. अर्थातच कोणीही म्हणेल, की ज्या कोणाला असा अनुभव आला असेल; तोच अशा व्याख्यानाला येणार. पण खरंतर बऱ्याच ठिकाणी संबंधित व्यक्ती व्याख्यानाचा विषय कळल्यामुळे व्याख्यानाला आलीच नव्हती, असा अनुभव आहे. उदाहरणार्थ, अलीकडेच मी साधारण तीसेक जणांच्या गटाशी बोललो. त्यातल्या दोघांनी हा मृत्युसमीप जाण्याचा अनुभव घेतला होता पण ते दोघं तिथं त्या गटाचे सदस्य म्हणून आले होते, पण त्यांना माझ्या व्याख्यानाचा विषयसुद्धा आधी माहिती नव्हता.

प्रश्न – तुम्ही म्हणता त्याप्रमाणे हा अनुभव जर अगदी सर्वसाधारण, सामान्य आहे तर मग हे सत्य सामान्यतः सर्वांनाच माहिती असायला हवं. पण तसं नाहीये, असं का?

उत्तर : त्यामागे बरीच कारणं आहेत. पहिलं आणि महत्त्वाचं कारण म्हणजे आपल्याकडे शारीरिक मृत्यूनंतरच्या जीवनाबद्दल बोलणं निश्चयपूर्वक टाळलं जातं. आपण अशा काळात राहतोय, ज्यामध्ये विज्ञान आणि तंत्रज्ञानाच्या मदतीनं निसर्गाला समजून घेण्यासाठी, आणि त्यावर विजय मिळवण्यासाठी अपरिमित प्रयोग चालू आहेत आणि आपण एक मोठा पल्ला गाठला आहे. त्यामुळे मृत्युपश्चात जीवनाबद्दल बोलणं म्हणजे काळाच्या मागं जाणं असं बऱ्याच जणांना वाटू शकतं. अशा अनुभवांची गणना आत्ताच्या वैज्ञानिक जगात केली जात नसून जुन्या अंधश्रद्धेच्या काळात केली जाते. त्यामुळे वैज्ञानिक जगताच्या बाहेर अनुभव आलेल्या व्यक्तींचा उपहास केला जातो. हा दृष्टिकोन माहिती असल्यानं असे उच्च दर्जाचे अनुभव आलेल्या व्यक्ती समजून उमजून हा अनुभव लोकांना सांगण्याचं टाळतात. मला खात्री आहे, अशा अनुभवातून गेलेल्या लोकांनी सांगण्यासारख्या पुष्कळ गोष्टी मनात दडवून ठेवल्या असतील. पण वेडगळपणाचा किंवा अतिशयोक्तीचा शिक्का बसू नये म्हणून अगदी

जवळच्या एकदोघांशिवाय त्यांनी हे इतर कोणालाही सांगितलेलं नाही. याखेरीज, या विषयाबद्दल सर्वसामान्य माणसांना असलेली अनभिज्ञता हे एक कारण आपल्याला लक्षात येईल. मानसशास्त्राच्या एका ध्यानाशी संबंधित सिद्धांतावरून आपण हे समजून घेऊ. कित्येक गोष्टी आपण पाहतो, ऐकतो आणि विसरूनही जातो. त्या आपल्या मनात राहत नाहीत. पण जर एखादी गोष्ट नाट्यपूर्ण रीतीनं सांगितली तर ती दीर्घकाळ आपल्या स्मरणात राहते. आपण जेव्हा एखादा नवा शब्द शिकतो आणि त्याचा अर्थ समजून घेतो, तेव्हा काही दिवस आपल्याला तो शब्द बऱ्याच ठिकाणी वाचनात दिसू लागतो. याचा अर्थ असा नाही, की तो शब्द सर्व ठिकाणी अचानक प्रकट होऊ लागतो. खरंतर तो शब्द आपण वाचत असलेल्या लिखाणात कायम असतोच, पण तोपर्यंत तो लक्षात आलेला नसतो, आपल्या नजरेतून निसटलेला असतो.

त्याचप्रमाणे मी अलीकडेच एक व्याख्यान दिलं. त्यानंतर चर्चेसाठी आव्हान केलं. तेव्हा एक डॉक्टर म्हणाले, मी इतकी वर्षं वैद्यकीय व्यवसायात आहे. तुम्ही म्हणता तसा जर हा अनुभव इतका सामान्य आहे, तर मी एकदाही कसा ऐकला नाही? जमलेल्यांपैकी एक दोघांना तरी या अनुभवाबद्दल काही माहिती असेल, हे माहिती असल्यानं मी हाच प्रश्न लोकांसमोर ठेवला. आश्चर्य म्हणजे त्या डॉक्टरांच्या पत्नीनंच त्यांच्या एका जवळच्या मित्राबद्दलचा असा अनुभव सगळ्यांना सांगितला.

दुसरं एक उदाहरण पाहूया. एका डॉक्टरांनी मी याविषयी एका वर्तमानपत्रात लिहिलेला लेख वाचला. तेव्हा अशा अनुभवांविषयी त्यांना पहिल्यांदा माहिती मिळाली. दुसऱ्या दिवशी एका रुग्णानं अगदी अनवधानानं तसाच अनुभव त्यांना सांगितला. माझ्या अभ्यासाबद्दल, लेखाबद्दल त्या रुग्णानं काही ऐकलं, वाचलं नसल्याची खात्री त्यांनी करून घेतली. खरंतर त्या रुग्णानं त्याचं हे गुपित त्यांना सांगितलं होतं. कारण तो खूप गोंधळला होता. काय होतंय, हे त्याला कळत नव्हतं, म्हणून डॉक्टरांची मदत घ्यायला तो आला होता.

या दोन्ही उदाहरणांमध्ये डॉक्टरांनी अशा तऱ्हेचा अनुभव ऐकलाही

असेल पण तो एखाद्या व्यक्तीचा स्वभावविशेष समजून त्यांनी त्याकडे दुर्लक्ष केलं असणार. तो एक विशिष्ट आणि बऱ्याच लोकांना मिळालेला अनुभव असेल, असं त्यांना वाटलं नसेल.

डॉक्टरांच्या बाबतीत अजून एक मुद्दा दिसून येतो. आपल्याला वाटतं इतर कोणाही पेक्षा डॉक्टरांना मृत्युसमीप अनुभवांबद्दल जास्त माहिती असणार. उद्याच्या शल्यविशारदांना (विद्यार्थ्यांना) त्यांच्या प्रशिक्षणात सतत असं बिंबवलं जातं, की रुग्ण त्याला जे वाटतं ते सांगतो, हे नेहमी लक्षात ठेवा. त्यांना असं शिकवलं जातं, की रोगाची जी लक्षणं शरीरावर दिसतात, त्याकडे जास्त लक्ष द्यावं आणि रुग्ण जी वैयक्तिक लक्षणं सांगत राहतो, त्यांच्याकडे थोडं (मिठाच्या दाण्याएवढं) लक्ष द्यावं. असं करणं सोपंही असतं. कारण डॉक्टरांना समोर दिसणाऱ्या गोष्टींशी निभावणं हे काल्पनिक गोष्टींशी निभावण्यापेक्षा सोपं आहे. मृत्युपश्चात अनुभवांना लपवण्यामागे हे सुद्धा एक कारण असू शकेल. कारण खूपच कमी डॉक्टर रुग्णाला जीवदान दिल्यानंतर त्यांच्या भावना आणि दृष्टिकोन जाणून घेण्याचा प्रयत्न करतात. या वृत्तीमुळे डॉक्टर, ज्यांना खरंतर मृत्युपश्चात अनुभवांविषयी इतरांपेक्षा निश्चितच अधिक माहिती असायला हवी, पण तेच या अनुभवाबद्दल फारसं ऐकायला उत्सुक नसतात.

प्रश्न – या संकल्पनेसंदर्भात पुरुष आणि स्त्रियांच्या अनुभवांत काही फरक तुम्ही नोंदवला आहे का?

उत्तर : अजिबात नाही. पुरुष आणि स्त्रियांच्या मृत्युपश्चात अनुभवात काहीच फरक नाही. पुरुषांनी अनुभव सांगताना ज्या ज्या गोष्टी सांगितल्या, त्याच स्त्रियांनीही सांगितल्या. एकही मुद्दा विशेष ठरेल असं कोणत्याच अनुभवात दिसलं नाही.

पण तरीही पुरुष आणि स्त्रियांच्या अनुभवकथनामध्ये फरक मात्र नक्कीच असतो. एकूणच ज्यांनी मृत्युपश्चात अनुभव घेतला आहे; असे पुरुष तसाच अनुभव घेतलेल्या स्त्रियांपेक्षा हा अनुभव सांगण्यासाठी थोडा संकोच दाखवतात. स्त्रियांपेक्षा पुरुष हा अनुभव अगदी थोडक्यात सांगतात. मी जेव्हा पत्र पाठवून किंवा फोन करून त्यांचा मोठ्या मुलाखतीसाठी

पिच्छा पुरवतो, तेव्हा बरेच पुरुष मला टाळतात आणि सांगतात – मी ते विसरण्याचा प्रयत्न करतोय. मी ते दाबून टाकलंय. याचं कारण सांगताना ते स्वतःचा उपहास होण्याची भीती व्यक्त करतात किंवा त्या अनुभवातला भावनांचा कल्लोळ त्यांना व्याकूळ करतो असं सांगतात.

असं का होतं, याचं स्पष्टीकरण मी देऊ शकत नाही, कारण असा अनुभव घेणारा मी एकटाच नाही. डॉ. रसेल मूर्स या प्रसिद्ध मानसशास्त्र संशोधकांनी मला सांगितलं, त्यांना आणि इतर डॉक्टरांनाही असाच अनुभव आला आहे. स्त्रियांच्या तुलनेत साधारण फक्त एकतृतीयांश पुरुषांनीच त्यांना मानसिक अनुभव सांगितले आहेत.

आणखी एक रोचक बाब म्हणजे अपेक्षेपेक्षा कितीतरी स्त्रियांनी असं सांगितलं, की बहुतेकजणींना हा अनुभव त्यांच्या गरोदरपणात आला होता. आणि का, हे त्या सांगू शकत नाही. कदाचित गरोदरपणात बऱ्याच शारीरिक त्रासाची शक्यता असते. याकाळात बऱ्याच गुंतागुंतीला त्यांना तोंड द्यावं लागतं. एकतर फक्त स्त्रियाच गरोदर राहतात आणि त्या पुरुषांपेक्षा जास्त बोलक्या असतात. त्यामुळे कदाचित स्त्रियांचे अनुभव जास्त ऐकायला मिळतात.

प्रश्न – हे सगळे लोक खोटं बोलत नाहीत, हे तुम्ही कसं ओळखता?

उत्तर : ज्या माणसानं मृत्युसमिप लोकांचे अनुभव पाहिले किंवा लक्ष देऊन ऐकले नसतील, त्यांना या सर्व गोष्टी धादांत खोट्या आहेत असं वाटणं सहज शक्य आहे. मी मात्र जरा वेगळ्या अनुभवांमधून गेलो आहे. अगदी पोक्त वयाचे, भावनिक दृष्ट्या स्थिर आणि परिपक्व असलेले – स्त्री-पुरुष – त्यांचा अनुभव सांगताना अगदी कोलमडून जातात, खूप रडतात, हे मी स्वतः पाहिलं आहे. हा अनुभव जरी तीसेक वर्षांपूर्वीचा असेल तरी ते तितकेच भावनिक होतात. त्यांच्या आवाजातला प्रामाणिकपणा, भावनेची ऊब बोलताना जाणवते. ती पत्रातून लिहिलेल्या अनुभवांमध्ये जाणवत नाही, पण बोलताना स्पष्ट दिसते, माझ्यासाठी मात्र या अनुभवांमधील भावना हे खोटं कुभांड असणं अशक्य आहे, दुर्दैवाने हे सर्वांनाच कळू शकत नाही.

या खोटेपणाच्या सिद्धांताला खोडून काढणाऱ्या माझ्या मताखेरीज इतर अनेक मुद्दे (विचार) आहेत. सर्वांत महत्त्वाचं म्हणजे इतक्या सगळ्या अनुभवांमधल्या समानतेचं स्पष्टीकरण देणं कठीण आहे. गेल्या आठ वर्षांत विविध ठिकाणची वेगवेगळी माणसं एकच खोटी गोष्ट सांगतील, हे कसं शक्य आहे? सर्वांनी मिळून माझ्याविरुद्ध एक गुप्त कट केला असेल असं म्हणणं फक्त सैद्धांतिक पातळीवर शक्य आहे. पूर्वोत्तर कॅरोलिनामधली प्रौढ बाई, न्यूजर्सीमधला वैद्यकीय शाखेचा विद्यार्थी, जॉर्जियाचा पशुवैद्य आणि इतर अनेक जण काही वर्षांपूर्वी एकत्र येऊन माझ्याविरुद्ध कुभांड रचतील ही गोष्ट सर्वथा अशक्य आहे.

प्रश्न – ते जर खोटं बोलत नसतील तर कदाचित त्यांचा अनुभव एका गूढ, सूक्ष्म पद्धतीनं, चुकीच्या स्वरूपात सांगत असतील, किंवा इतक्या वर्षांमध्ये त्यांनी त्यांच्या या गोष्टी खूपच रंगवून टाकल्या असतील असं नाही वाटत तुम्हाला?

उत्तर : एखादा माणूस एखाद्या घटनेचं किंवा प्रसंगाचं वर्णन सुरुवातीला साधेपणानं करतो पण जसजसा तो सांगत जातो, तसतसा कालांतरानं तो प्रसंग चांगलाच मोठा आणि रंगवून सांगतो. हा एक मानसशास्त्रीय सिद्धांत आहे. तुमच्या प्रश्नाचा रोख काहीसा तसाच आहे.

प्रत्येकवेळी तो प्रसंग सांगताना छोटे छोटे मुद्दे त्यात घुसडले जातात. मग अशी रंगवत नेलेली गोष्ट मूळ मुद्द्यापासून फारकत घेते आणि मग हेच सत्य आहे अशी सांगणाऱ्याचीही खात्री पटते.

पण हा सिद्धांत मी अभ्यासलेल्या एकाही अनुभवाला लागू होत नाही, असं मला वाटतं. कारण ज्या माणसांचा हा अनुभव अगदी नवा, ताजा आहे, अशा अजूनही हॉस्पिटलमध्ये बऱ्या होणाऱ्या लोकांनी सांगितलेला अनुभव आणि वीस–तीस वर्षांपूर्वी यातून गेलेल्या लोकांचा अनुभव यांत खूप साम्य आहे. काही लोकांनी त्यांचे अनुभव लगेचच डायरीमध्ये लिहून ठेवले होते आणि काही काळानं माझ्याशी बोलताना मला वाचून दाखवले होते. लोकांनी काही वर्षांनी आठवून सांगितलेले अनुभव आणि मला वाचून दाखवलेले अनुभव एकाच प्रकारचे होते. शिवाय बऱ्याचवेळा त्यांचा

हा अनुभव ऐकणारा मी पहिला किंवा दुसरा माणूस असे.

बऱ्याचवेळा काही वर्षांपूर्वी घडलेली ही घटना सांगताना लोक कमालीचे नाराज असायचे, हा अनुभव सांगायची त्यांना मुळीच इच्छा नसायची. त्यामुळे हा अनुभव त्यांनी रंगवून, सजवून सांगण्याची शक्यता मुळीच नाहीये. आणि या आठवणी अनेक वर्षांनी पुन्हा सांगितल्या तरी त्यात फारसा बदल होत नाही. उलट रंगवून, वाढवून सांगण्याऐवजी या गोष्टी लपवण्याकडे माणसांचा कल असतो. मानसशास्त्रज्ञांच्या मते नको असलेल्या आठवणी, भावना किंवा विचार जाणीवपूर्वक दाबून टाकण्याचीच मानसिकता असते. माझ्याशी बोलताना अनेक लोकांनी सांगितलं, की त्यांनी हा अनुभव मनाच्या तळाशी दडवून ठेवला होता. उदाहरणार्थ, एका महिलेनं तिच्या मृत्युपश्चात अनुभवाचं सविस्तर वर्णन केलं, तेव्हा ती म्हणाली, यापेक्षाही बऱ्याच गोष्टी घडल्या पण त्या सगळ्या मला आठवत नाहीत. मी ते सगळं दडवून टाकण्याचा प्रयत्न केला कारण कोणीही माझ्यावर विश्वास ठेवणार नाही, हे मला माहिती होतं.

व्हिएतनामच्या युद्धात जखमी झालेल्या एका माणसाला ऑपरेशन सुरू असतानाच हृदयविकाराचा झटका आला. त्याच्या अशारीर अवस्थेबद्दल सांगणं त्याला खूप अवघड गेलं... मला आजही त्या आठवणी सांगताना गुदमरल्यासारखं होतं... मला वाटतं, खूप काही होतं पण मी ते विसरलो. मी ते विसरून जायचा प्रयत्न केला. थोडक्यात आपण असं म्हणू शकतो, की हे अनुभव रंगवून किंवा विस्तार करून सांगितले गेलेले नाहीत. उलट परिस्थिती याच्या उलटी असू शकते.

प्रश्न – त्यांचा अनुभव सांगण्याआधी हे लोक त्यांचा धर्म उघडपणे सांगतात का? आणि सांगत असतील तर त्यांचा हा अनुभव त्यांच्या धार्मिक पार्श्वभूमीवर आणि विश्वासांवर आधारित असतो का?

उत्तर : हो, काही प्रमाणात तसं असतं. आधी सांगितल्याप्रमाणे जरी प्रकाश-आत्म्याचं वर्णन सगळ्यांनीच केलं असलं, तरी त्याला प्रत्येकानं आपापल्या धार्मिक विश्वासाप्रमाणं नाव दिलेलं दिसतं. पण माझ्या इतक्या सगळ्या संशोधनात मला स्वर्ग किंवा नरक असा एकही उल्लेख आढळला

नाही. या सांप्रदायिक कल्पना आपण लहानपणापासून ऐकतो पण एकानंही त्याबद्दल काही सांगितलं नाही. उलट धार्मिक शिकवणीनुसार या अनुभवात जे घडणं अपेक्षित होतं, त्याच्या विपरीतच अनुभव आल्याचं बऱ्याच जणांनी सांगितलं. एक 'मृत' झालेली स्त्री म्हणाली, 'आपण जेव्हा मरतो तेव्हा आपल्यासमोर स्वर्ग आणि नरक दिसतात असं मी नेहमी ऐकत आले पण मला तर असं काहीच दिसलं नाही.' दुसरी एक खूप जखमी झालेली स्त्री सांगते, 'मला धार्मिक उपदेशातून असंच सांगितलं होतं, की तुम्ही मरताक्षणी तुमच्यासमोर सुंदर मोत्यांची दारं उघडतात. पण इथं तर मी माझ्या स्वतःच्या सोडून दिलेल्या शरीराभोवतीच घुटमळत होते. मी इतकी गोंधळून गेले की बस!' इतकंच नव्हे तर जी माणसं वृत्तीनं अजिबात धार्मिक नव्हती, त्यांना तशी शिकवणही नव्हती, अशा लोकांचं अनुभवकथन आणि जी अतिशय धार्मिक वृत्तीची होती, अशा माणसांचं अनुभवकथन यांत आशयाच्या दृष्टीनं काहीच फरक नव्हता. काही वेळा धार्मिक शिकवण नाकारलेली माणसं या अनुभवानंतर नव्यानं धार्मिक विचार करू लागतात. काहीजण म्हणतात, जरी आम्ही बायबलसारखं धार्मिक वाचन आधी केलं होतं तरी त्यातल्या बऱ्याचशा गोष्टी या अनुभवानंतर आमच्या लक्षात आल्या.'

प्रश्न – तुम्ही अभ्यासलेल्या घटनांमध्ये पुनर्जन्माची शक्यता वर्तवली का?

उत्तर : नाही. आत्तापर्यंत पुनर्जन्माबद्दल सुचवणारी एकही घटना माझ्याकडे आलेली नाही. पण तरीही हे लक्षात घेणं महत्त्वाचं आहे, की कोणीही पुनर्जन्माला डावललेलं किंवा नाकारलेलंसुद्धा नाही. जर पुनर्जन्म असेल तर जुन्या शरीरातून नव्या शरीरात जाण्याआधी एका दुसऱ्या जगातल्या वास्तव्याचा मध्यंतर असायला हवा. त्यानुसार मरणाच्या दारातून परत आलेल्या लोकांशी माझा झालेला संवाद हा पुनर्जन्माचा अभ्यास करण्याचा मार्ग होऊ शकत नाही. इतर काही पद्धती त्यासाठी वापरता येतात आणि वापरल्या गेल्या आहेत. उदाहरणार्थ – काळाच्या मागे जाण्याचं गृहीतक यामध्ये त्या माणसाला संमोहित केलं जातं आणि आत्ताच्या आयुष्यातील जुन्या जुन्या घटना आठवायला सांगितलं जातं. तो त्याच्या सर्वांत जुन्या

आठवणीपर्यंत पोहोचला की त्याला त्याच्याही आधीच्या आयुष्याबद्दल विचारलं जातं. या टप्प्यावर माणसं त्यांच्या आधीच्या आयुष्यातल्या वेगवेगळ्या ठिकाणच्या गोष्टी सविस्तर सांगू लागतात. काही घटनांमध्ये तपासणी केली तेव्हा या गोष्टी बऱ्याच प्रमाणात सत्य आढळल्या. त्या माणसानं वर्णन केलेल्या घटना, व्यक्ती, जागा त्याला माहिती असण्याची काही शक्यता नसताना त्या खऱ्या निघल्याचं दिसून आल्या. ब्रिडे मर्फीची कहाणी तर सर्वश्रुतच आहे पण त्यापेक्षाही अधिक प्रभावी आणि नीट लिहून ठेवलेल्या लोकांना पण माहिती नसलेल्या अशा कितीतरी घटना आहेत. ज्यांना याबद्दल अधिक माहिती मिळवण्यात रस असेल, त्यांनी 'ट्वेंटी केसेस सजेस्टीव ऑफ रीइनकार्नेशन' हे इयान स्टिव्हनसनचं पुस्तक जरूर वाचावं. मृत्युसमीपच्या अनुभवांचं तंतोतंत वर्णन करणाऱ्या 'द तिबेटियन बुक ऑफ द डेड' या पुस्तकातही सांगितलं आहे, की मृत्यूनंतर काही काळ गेल्यावर एक अशी वेळ येते जेव्हा पुनर्जन्म होतो.

प्रश्न – तुम्ही आत्तापर्यंत आत्महत्या करताना मृत्युसमीप गेलेल्या एखाद्या माणसाशी बोलला आहात का? अनुभवात काय फरक जाणवतो?

उत्तर : माझ्याकडे आलेल्या काही घटनांमध्ये मृत्यूचं कारण आत्महत्येचा प्रयत्न करणं असं होतं. त्या सर्वांनीच एकमतानं सांगितलं की, हा अनुभव काही आनंददायी नव्हता. दुःखद होता. एक स्त्री म्हणाली, 'तुम्ही जर इथे यातनामय आत्मा असाल तर तिथेही तुमचा आत्मा यातनामयच राहील.' थोडक्यात ज्या संघर्षातून सुटण्यासाठी ते आत्महत्या करतात, तो मरणानंतरही संपत नाही, उलट अधिक गुंतागुंतीचा होतो. त्यांच्या अशरीर स्थितीत ते याबाबत काहीच करू शकत नाहीत आणि दुर्दैवानं नंतरही त्यांना त्यांच्या आत्महत्येच्या प्रयत्नाचे वेगळे परिणाम भोगावे लागतात.

एक माणूस त्याच्या बायकोच्या मृत्यूमुळे निराशेच्या गर्तेत गेला आणि त्या भरात त्यानं स्वतःवर गोळी झाडली. पण त्याला डॉक्टरांनी वाचवलं. त्यानं सांगितलं–

ती जिथे गेली तिथे मी गेलोच नाही. मी एका भीतीदायक

ठिकाणी गेलो आणि त्याक्षणी मला जाणवलं, की मी फार मोठी चूक केली आहे. मी असं करायला नको होतं.

ज्यांनी आत्महत्येचा प्रयत्न केला, त्यांनी अशी अर्धवट अडकलेली स्थिती अनुभवली, त्यांना वाटलं, की ते खूप काळ याच अवस्थेत राहणार आहेत. जणू त्यांनी केलेल्या चुकीचं हे प्रायश्चित्त आहे. आयुष्यातली काही उद्दिष्टं पूर्ण न करताच त्यांनी स्वतःला वेळेआधीच संपवण्याचा प्रयत्न केला, त्याची ही शिक्षा आहे.

अशा तऱ्हेचे शेरे मला अनेक जणांनी सांगितले आहेत. ज्या लोकांना इतर कारणांनी मृत्युसन्निध अनुभव आले होते, त्यांनीसुद्धा सांगितलं तिथे आत्महत्या ही एक दुर्दैवी घटना असून त्याला कठोर शिक्षा मिळते, असा इशारा त्यांना देण्यात आला होता. एका अपघातात जखमी झालेल्या माणसाचा अनुभव ऐकूया –

(जेव्हा मी तिथे होतो तेव्हा) मला असं वाटलं की दोन गोष्टी करण्याची मला मनाई आहे, एक म्हणजे स्वतःला मारणं (आत्महत्या करणं) आणि दुसरं, दुसऱ्या कोणालाही मारणं. मी जर आत्महत्या केली तर देवानी दिलेली अमूल्य देणगी (भेट) त्याच्याच तोंडावर फेकण्यासारखं असतं... आणि दुसऱ्या कोणाला संपवणं म्हणजे देवानं त्या माणसासाठी ठरवलेल्या कार्यात ढवळाढवळ करणं असतं.

अशा तऱ्हेच्या संवेदना माझ्यासमोर अनेक लोकांनी वेगवेगळ्या प्रसंगी व्यक्त केल्या आहेत. या संवेदना प्राचीन धार्मिक ग्रंथात समाविष्ट केलेल्या नैतिक धारणेशी मिळत्याजुळत्या आहेत. त्यात आत्महत्या पाप असल्याचं म्हटलं आहे. सेंट थॉमस अॅक्वीनास, लॉक आणि कान्ट अशा वेगवेगळ्या विचारवंतांच्या लिखाणातही असे विचार आले आहेत. कान्टच्या मते, आत्महत्या ही देवाच्या उद्दिष्टाविरुद्ध कृती आहे. इतकंच नव्हे तर आपल्या रचनाकर्त्याला न जुमानता त्याच्याविरुद्ध बंड आहे. अॅक्वीनास म्हणाले, जीवन ही देवाची देणगी आहे आणि ते परत घेणं हा फक्त देवाचा विशेषाधिकार आहे, माणसाचा नाही.

हे सगळं सांगून मी आत्महत्येचा नैतिक न्यायनिवाडा करत नाही. मी केवळ या अनुभवातून गेलेल्या लोकांचं म्हणणं मांडतो आहे. मी आता मृत्युपश्चात अनुभवांबद्दल अजून एक पुस्तक लिहिणार आहे. त्यात हा विषय इतर विषयांच्या जोडीनं घेणार आहे. आणि सविस्तर मांडणार आहे.

प्रश्न – तुम्हाला कधी मिश्र संस्कृतीच्या केसेस (घटना) मिळाल्या का?

उत्तर : नाही. त्याला एक कारण म्हणजे. ज्या लोकांशी मी बोललो, ते काही मी निवडलेले लोक नव्हते. मला एस्किमो, क्वाकितुल, भारतीय, नाव्होस, वाटुसी, आदिवासी अशा वेगळ्या संस्कृतीच्या लोकांचे अनुभव ऐकायला आवडले असते पण भौगोलिक अंतर आणि इतर अडचणींमुळे मला तिथले लोक शोधता आले नाहीत.

प्रश्न – मृत्युपश्चात अनुभव संकल्पनेची काही उदाहरणं इतिहासात आहेत का?

उत्तर : माझ्या माहितीप्रमाणे नाही. मी आत्ता सध्याच्या काळात घडणाऱ्या घटनांचा अभ्यास करण्यात गुंतल्यानं असा शोध घेण्यासाठी मला पुरेसा वेळही मिळाला नाही. पण असा एखादा दाखला इतिहासात मिळाला तर मला आश्चर्य वाटणार नाही. मृत्युपश्चात अनुभवांचं प्रमाण गेल्या काही दशकात आधीपेक्षा वाढलं असावं, असा मला दाट संशय येतो. याचं साधं कारण आजचं आधुनिक तंत्रज्ञान. या तंत्रज्ञानामुळेच अधिकाधिक लोकांना पुनरुज्जीवन देणं शक्य होतंय. आज आपण ज्या लोकांचा जीव वाचवू शकतोय, त्यांना पूर्वीच्या काळी आपण वाचूव शकलो नसतो. हृदयात अ‍ॅड्रेनलिनचं इंजेक्शन, हृदयाला शॉक देणारं मशीन, कृत्रिम हृदय आणि कृत्रिम फुफ्फुसाचं मशीन ही वैद्यकीय प्रगतीची उदाहरणं आहेत.

प्रश्न – तुम्ही तुमच्या संशोधनातील लोकांचे वैद्यकीय अहवाल तपासले आहेत का?

उत्तर : जितके शक्य होते तितके नक्कीच पाहिले आहेत. ज्या घटनांमध्ये मला संशोधनासाठी मुद्दाम निमंत्रित केलं होतं, तिथे त्या

व्यक्तीनंच तिचे वैद्यकीय अहवाल मला सांगितले. काही घटनांमध्ये मात्र वेळेच्या हिशोबाने किंवा पुनरुज्जीवित केलेल्या माणसाच्या मृत्यूमुळे अहवाल मिळाले नाहीत. ज्या अहवालात पुरेसे पुरावे (दाखले) उपलब्ध नव्हते, ते फारसे वेगळे नव्हते. जिथे वैद्यकीय अहवाल मिळू शकले नाहीत तिथे मी डॉक्टर, मित्र, नातेवाईक अशा माहीतगार लोकांशी या अनुभवाबद्दल बोललो.

प्रश्न – मी असं ऐकलंय, की एखाद्या माणसाला पुन्हा जिवंत करणं हे पहिल्या पाच मिनिटांत होऊ शकतं. त्यानंतर हे अशक्य आहे. पण तुम्ही तर सांगताहात, की तुमचे काही लोक वीस मिनिटांपर्यंत मृत होते. हे कसं शक्य आहे?

उत्तर : वैद्यकीय क्षेत्रात जे आकडे किंवा परिमाणं आपण ऐकतो, ते साधारण सरासरी स्वरूपाचे असतात. खरे निदर्शक नसतात. पाच मिनिटं ही साधारण सरासरी सांगितली जाते. वैद्यकीय अभ्यासातील नियमाप्रमाणे पुनर्जीवित करण्याचे प्रयत्न पहिल्या पाच मिनिटातंच करावे. कारण त्यानंतर ऑक्सिजन (प्राणवायू) च्या कमतरतेमुळे मेंदूला हानी पोहोचते, तो कार्यशून्य होऊ लागतो. पाच मिनिटे ही सरासरी असल्याने त्याच्या आगेमागे वेळ लागू शकतो, हे लक्षात घ्यायला हवं. पण मला तर वीस मिनिटांनंतर पुनर्जीवित झालेल्या आणि तरीही मेंदू शाबूत असलेल्या घटना ऐकायला मिळाल्या आहेत.

प्रश्न – यातला एखादा तरी माणूस खरोखरीच मरण पावला होता का?

उत्तर : हा प्रश्न गोंधळात टाकणारा आणि उत्तर द्यायला अवघड आहे. त्याचं एक कारण म्हणजे हा प्रश्न मृत्यूची व्याख्या आणि शब्दार्थाबद्दलचा आहे.

सध्याच्या अवयवरोपणाच्या वादग्रस्त मुद्द्यामुळे मृत्यूची व्याख्या वैद्यकीय व्यावसायिकांनाही ठरवता आलेली नाही. मृत्यूचे निकष सामान्य माणूस आणि डॉक्टरांमध्ये भिन्न असू शकतात. इतकंच नव्हे तर डॉक्टरांमध्ये एकमेकांत मतभिन्नता असते. प्रत्येक दवाखान्याचा, हॉस्पिटलचा याबाबत काही वेगळा नियम असू शकतो. त्यामुळे या प्रश्नाचं उत्तर मृत्यू म्हणजे

काय, यावर आधारित असेल. इथे मृत्यूच्या तीन व्याख्यांविषयी चर्चा करू.

१. मृत्यू म्हणजे वैद्यकीय दृष्टीनं दिसणाऱ्या जिवंतपणाच्या लक्षणांचा अभाव.

कोणी असं म्हणेल, जर एखाद्याचं हृदय बंद पडलं, श्वासोच्छ्वास थांबला, डोळ्यांच्या बाहुल्या निस्तेज झाल्या, रक्तदाब न मोजण्याइतका खाली गेला, शरीराचं तापमान कमी व्हायला लागलं तर समजावं की तो मेला आहे. ही वैद्यकीय व्याख्या झाली. सामान्य माणूस आणि डॉक्टर दोघंही तिला शतकानुशतके मानत आलेत. आत्तापर्यंत बहुतेक लोक याच निकषांवर ठामपणे मृत ठरवले गेले आहेत.

त्याबद्दल काही प्रश्न नाही पण हीच लक्षणं मी पाहिलेल्या बऱ्याच प्रसंगांमध्ये दिसली. डॉक्टरांचं परीक्षण आणि वैद्यकीय पुराव्यांच्या आधारे याठिकाणी हे अनुभव घेणाऱ्या व्यक्तींचा मृत्यू झाला होता, असं निश्चितपणे म्हणता येईल.

२. मेंदू लहरींच्या कार्याचा अभाव म्हणजे मृत्यू –

अत्याधुनिक तंत्रज्ञानानं आता अधिक, संवेदनशील तंत्र निर्माण झाले आहे. ज्या शारीरिक प्रक्रिया समजून घेणं, तपासणं पूर्वी अजिबात शक्य नसे, त्या आता चांगल्या रीतीनं पाहता येत आहेत. इलेक्ट्रोएनसेफालोग्राफ (EEG) या तंत्रामुळे मेंदूच्या अगदी सूक्ष्म विद्युत प्रक्रिया मोठ्या करून पाहता आणि नोंदवता येतात. हल्ली खरा 'मृत्यू' ठरवताना या विद्युतप्रक्रिया पूर्णपणे थांबलेल्या दिसतात, त्या याच EEG च्या एका सरळ, सपाट, रेषेवरून.

मी ज्या घटनांची पडताळणी घेतली, त्यात त्या व्यक्तींना पुनर्जीवित करताना अत्यंत बिकट परिस्थिती निर्माण झाली होती. अशावेळी डॉक्टर त्या रुग्णाला वाचवण्याचा आटोकाट प्रयत्न करतात, त्यामुळे EEG वर ती वेळ नेमकी कोणती, याकडे लक्ष नसतं. त्यामुळे हे सगळे लोक मृत झाले हा निर्णय योग्य आहे की नाही, हा वादाचा मुद्दा ठरू शकतो.

समजा एखाद्या रुग्णाचा EEG बराच काळ सपाट (flat) आला आणि त्याच दरम्यान त्याला पुनर्जीवित करण्यात यश आलं तर या EEG ला काय अर्थ उरतो? माझ्या मते काहीच अर्थ नाही. याला तीन कारणं आहेत. एक तर मरणासन्न व्यक्तीला पुनर्जीवित करताना अत्यंत तातडीचे उपचार केले जातात. ते साधारण तीस मिनिटे चालू असतात. दुसरं म्हणजे EEG मशीन जोडणं हे अतिशय गुंतागुंतीचं आणि तांत्रिक काम असतं. अगदी उत्तम तंत्रज्ञाला सुद्धा हे मशीन जोडून त्यावर नोंदी घेण्यासाठी जरा वेळ लागतो. अशा बिकट प्रसंगी गोंधळामुळे जास्त चुका होण्याचा संभव असतो. त्यामुळे जरी एखाद्यानं त्या व्यक्तीला मृत ठरवणारा सपाट रेषेचा EEG दाखवला, तरी तो किती अचूक आहे, याबद्दल शंका येऊ शकते.

दुसरं म्हणजे अतिशय अत्याधुनिक इलेक्ट्रीक मशीन, योग्य जोडणी करूनही त्या व्यक्तीला पुनर्जीवित करण्याची शक्यता आहे की नाही, हे सांगू शकत नाही. अगदी सरळ रेषेच्या EEG चे लोकही पुन्हा वाचवण्यात यश आलं आहे. मुख्य मज्जासंस्थेवर परिणाम करणाऱ्या औषधांचा अतिरिक्त वापर किंवा हायपोथर्मिया (शरीराचे तापमान अत्यंत कमी असणे) अशा दोन्ही कारणांमध्ये असे पुनरुज्जीवित करण्याचे प्रयत्न यशस्वी झाले आहेत.

तिसरं म्हणजे जरी मी अशी एखादी घटना प्रस्तुत करू शकलो, जिथे मशीनची जोडणी व्यवस्थित होती, तरी लोक शंका घेणारच. EEG सरळ रेषेत असतानाच त्या व्यक्तीला मृत्युपश्चात अनुभव आला याचा पुरावा काय? होऊ शकतं – की थोडा आधी किंवा थोडा नंतर आला असेल. त्यामुळे शेवटी मी असं म्हणेन की संशोधनाच्या या टप्प्यावर EEG ला जास्त महत्त्व देता येणार नाही.

३. जीवनक्रियांची भरून न काढता येणारी हानी म्हणजे मृत्यू.

काहीजण अजून संक्षिप्त व्याख्या करतील. एखादा माणूस पुन्हा जिवंत झाला तर त्याच्या शारीरिक प्रक्रिया किती काळ थांबल्या आणि त्याचा EEG किती काळ सपाट रेषेचा आला, यावरून तो मृत झाला की नाही, ठरवता येणार नाही. दुसऱ्या शब्दात मृत्यू ही अशी स्थिती आहे जिथून पुन्हा परत येणं (जिवंत होणं) शक्य नाही (केवळ अशक्य आहे).

या व्याख्येनुसार अर्थातच मी अभ्यासलेल्या एकाही घटनेत मृत्यू झाला आहे असं म्हणता येणार नाही, कारण ते सगळे पुनर्जीवित लोक आहेत.

म्हणजेच या प्रश्नाचं उत्तर 'मृत्यू म्हणजे काय' यावर आधारित आहे. एक लक्षात घ्यायला हवं, हा जरी वादाचा मुद्दा असला तरी अत्यंत महत्त्वाचा आहे कारण तिन्ही व्याख्यांमध्ये काही महत्त्वाचे मुद्दे समाविष्ट झाले आहेत. मी तिसऱ्या व्याखेशी सहमत आहे. कारण ती काही प्रमाणात सुयोग्य आहे. काही घटनांमध्ये बऱ्याच काळपर्यंत हृदयस्पंदन थांबलेलं असतानाही इतर पेशींबरोबरच मेंदूला प्राणवायू आणि पोषकतत्त्वांचा पुरवठा होताना दिसला आहे. यामध्ये जीवशास्त्राचा किंवा शरीरशास्त्राचा नियम मोडला गेला असं समजण्याची जरुरी नाही. पुनरुज्जीवित करण्यासाठी पेशीपातळीवर (पेशींमध्ये) काहीतरी जैविक प्रक्रिया सुरू असणं गरजेचं आहे. भले त्या प्रक्रियांची बाह्य लक्षणं वैद्यकीय दृष्ट्या सांगता आली नाहीत तरी चालेल. पण तरीदेखील आत्ता या टप्प्यावर परत येऊ न शकण्याची नेमकी वेळ कोणती, हे ठरविणं कठीण आहे. ही वेळ व्यक्तिगणिक बदलत असेल आणि तो एखादा क्षण नसेल तर ती हळूहळू होत जाणारी घटना असेल. मी ज्यांच्याशी बोललो, त्यांपैकी काही लोकांना काही वर्षांपूर्वी या मरणासन्न अवस्थेतून परत आणणं शक्य नव्हतं, आज आपण ज्यांना वाचवू शकत नाही अशा लोकांना वाचवण्याचं आधुनिक तंत्रज्ञान भविष्यात उपलब्ध होऊ शकेल.

आता आपण एक गृहीतक मांडू. 'मृत्यू म्हणजे मनाची शरीराशी होणारी फारकत आणि मन या जगातून दुसऱ्या जगात जाण्याचा क्षण.' याचाच अर्थ मन किंवा आत्म्याची शरीरापासून सुटका होण्याची काहीतरी यंत्रणा असेल, जी मृत्यूच्या क्षणी कार्यरत होत असेल. आता हे ठरवण्याचा आपल्याकडे कोणताही पाया उपलब्ध नाही, की ही यंत्रणा त्या शेवटच्या क्षणी कार्यरत होते; ज्याला आपण म्हणू 'न परतण्याचा क्षण'. पण ही यंत्रणा प्रत्येकवेळेस अगदी योग्य रीतीनं काम करेल, असंही म्हणता येणार नाही. आपल्या शरीरातील इतर यंत्रणा नेहमीच योग्य काम करतील की नाही, हे जसं सांगता येत नाही, तसंच काही शारीरिक दुखापत किंवा मोठे नुकसान घडायच्या आधीच कधी-कधी ही यंत्रणा काम करायला लागत

असेल, ज्यामुळे त्या माणसाला अंतापलीकडच्या जगाची थोडी झलक मिळत असेल. हा दृष्टिकोन आपल्याला त्या काही लोकांचे अनुभव समजून घेण्यात मदत करेल, ज्यांना अंतापलीकडच्या जीवनाची एखादी झलक किंवा अशारीर (शरीराबाहेर असण्याचा) अनुभव अशा क्षणी मिळाला ज्या क्षणापर्यंत त्यांच्या शरीरावर काहीच दुखापत झाली नव्हती पण त्या क्षणी त्यांच्या मनाला मात्र पूर्णत: खात्री झाली होती, की आता ते मरणार आहेत.

मला असं म्हणायचंय - मृत्यूचा परत न येण्याचा कोणताही क्षण असला - भूतकाळात, वर्तमानकाळात किंवा भविष्यकाळात - मी ज्यांच्याशी बोललो ते लोक इतर कोणाही पेक्षा त्या क्षणाच्या अत्यंत जवळ होते हे नक्की. याच एका कारणासाठी मी त्यांचं बोलणं लक्षपूर्वक ऐकू इच्छितो.

या चर्चेसंदर्भात शेवटी या विश्लेषणात मृत्यूच्या अगदी योग्य व्याख्येसाठी चर्चा करण्यात काही अर्थ नाही. ज्या लोकांनी मृत्युपश्चात अनुभवाविषयी हरकत घेतली आहे, त्यांच्या मनात काही वेगळी धारणा असेल. त्यांच्या मतानुसार शरीरात काहीतरी जैविक क्रियांची थोडीतरी शक्यता असेल, तेव्हाच हा अनुभव येऊ शकेल.

मी तर हे आधीच सांगितलं आहे की प्रत्येकच घटनेत अशी जैविक क्रियांची अंधुकशी शक्यता असते. म्हणजे खरंच मृत्यू झाला की नाही, हा प्रश्न गौण होतो आणि या प्रश्नाचं रूपांतर एका छोट्या प्रश्नात होतं की, शरीरात चालू असलेल्या त्या सूक्ष्म जैविक क्रिया तर या अनुभवांसाठी कारणीभूत नसतील? दुसऱ्या शब्दात -

- दुसरी काही स्पष्टीकरणे नाहीयेत का या अनुभवांसाठी? (''भौतिक शरीराच्या मृत्यूनंतर नवीन जीवन सुरू होतं'' हे सोडून.)

याचं उत्तर पुढच्या प्रकरणात वाचू...

प्रकरण ५
स्पष्टीकरण

मृत्युसन्निध अनुभवांना दुसरी स्पष्टीकरणं अर्थातच उपलब्ध आहेत. खरं म्हणजे कोणताही अनुभव, निरीक्षण किंवा सत्याबद्दल स्पष्टीकरण देताना तत्त्वज्ञानविषयक दृष्टीनं पाहता असंख्य गृहीतकं मांडता येतील. एखादी गोष्ट एखाद्याला पटवून सांगायची असेल तर तो सैद्धांतिक पातळीवर स्पष्टीकरणांची मालिकाच रचू शकेल. मृत्युपश्चात अनुभवाबद्दलही हेच दिसून येतं. याचीही कितीतरी स्पष्टीकरणं उपलब्ध आहेत.

या अनेक सैद्धांतिक स्पष्टीकरणांमधून काही तर मला नेहमीच प्रेक्षकांकडून सुचवली जातात. त्यामुळे मी आता अशा सामान्यतः सुचवलेल्या स्पष्टीकरणांबद्दल बोलणार आहे. त्यांना मी तीन भागांत विभागलं आहे - अलौकिक, नैसर्गिक (शास्त्रीय) आणि मानसिक.

अलौकिक स्पष्टीकरणं

क्वचितच कधी प्रेक्षकांमधल्या एखाद्यानं मृत्युपश्चात अनुभव हा राक्षसी असून तो हानिकारक शक्तींमुळे येतो, यात शंका नाही; असं स्पष्टीकरण दिलं आहे. याला उत्तर म्हणून मी इतकंच सांगतो, की देवानं केलेल्या गोष्टी आणि सैतानानं केलेल्या गोष्टी अशी विभागणी करण्याऐवजी त्या अनुभवातून गेलेला माणूस त्याबद्दल काय सांगतो, हे पाहणं जास्त महत्त्वाचं. मला वाटतं, देव ज्या लोकांसमोर प्रकट होईल, त्यांना प्रेम आणि क्षमाशीलताच शिकवील आणि सैतान त्याच्या नोकरांना तिरस्कार आणि विध्वंस पसरवण्याचा मार्ग स्वीकारण्यासाठीच प्रवृत्त करेल. माझे लोक पहिली गोष्ट म्हणजे प्रेमळपणा आणि क्षमाशीलता यांच्याबद्दल नवी जबाबदारी घेऊन परत आले आणि त्यांनी तिरस्कार आणि विध्वंसाला नाकारलं आहे. या सगळ्यावरून असं वाटतं, की त्या काल्पनिक सैतानाला

या लोकांना आपल्याकडे वळवण्यासाठी बरीच कटकारस्थानं करावी लागली आहेत, त्यांच्यापुढे बरेच भ्रम निर्माण करावे लागले आहेत, पण त्यानं हे सगळं कशासाठी केलं असावं? कारण त्यानंतरही तो, जसे आपण पाहतो आहे, अयशस्वीच झाला आहे.

नैसर्गिक (शास्त्रीय) स्पष्टीकरणं

(१) औषधशास्त्रातले संदर्भ – काही जणांच्या मते मृत्युसमीपचे अनुभव हे त्या माणसाला त्याच्या आजाराच्या कठीण काळात दिलेल्या रोगनिवारक औषधांमुळे येतात. काही काही औषधं संमोहित करणारी किंवा मनाची अवस्था भ्रमिष्ट करणारी असतात, हे बऱ्याच वैद्यकीय शास्त्रज्ञांनी आणि सामान्य लोकांनीही मान्य केलं आहे. सध्याच्या काळात औषधांच्या गैरवापराबद्दल बरंच बोललं जातं. LED, मारिजुआना आणि इतर काही औषधांच्या अवैध वापरामुळे अशा तऱ्हेचा भ्रम होऊ शकतो, याबाबत बरीच जनजागृती झाली आहे. औषध म्हणून मान्यता मिळालेली कितीतरी द्रव्यं मनावर परिणाम करतात आणि तो बराचसा मृत्यूच्या अनुभवाप्रमाणे असतो. उदाहरणार्थ – केटामाईन (किंवा सायक्लोहेक्सानोन) या शिरेतून दिल्या जाणाऱ्या भुलीच्या औषधांचे दुष्परिणाम रुग्णाला शरीराबाहेर पडल्याचा अनुभव देतात. हे औषध रुग्णाला फक्त वेदनांचा विसर पाडतं असं नाही, तर त्याला भोवतीच्या वातावरणापासून तोडून टाकतं म्हणून त्याला फारकत असं म्हणतात. त्याला स्वतःच्या शरीराचं, हातापायांचंही भान राहत नाही. शुद्धीवर येताना तो मानसिक रीत्या खूप अस्वस्थ असतो. त्याला भ्रम होतात. विचित्र स्वप्न पडतात. (आठवून पाहा, कित्येक लोकांनी फारकत हाच शब्द त्यांच्या अशारीर अवस्थेसाठी वापरला होता.)

एवढंच काय, मी असेही काही अनुभव ऐकले आहेत, जेव्हा लोक भुलीच्या अमलाखाली असतात, त्यांना मृत्यूचे भ्रम झाले होते. मी एक उदाहरण देतो –

मी साधारण दहा–बारा वर्षांची असेन, तेव्हा एकदा दंतवैद्यांकडे माझ्या दाताच्या फटी बुजवण्यासाठी गेले होते. त्यांनी मला नायट्रसऑक्साईड दिलं होतं. ते घेताना मी जरा नाराज होते.

मला भीती वाटत होती, मी पुन्हा उठू शकेन की नाही? भुलीचा अंमल चढू लागताच मला वाटलं, मी गोलगोल फिरत वरवर जाते आहे. मी स्वतःभोवती फिरत नव्हते पण जणूकाही मी बसलेली खुर्ची नागमोडी वळणं घेत घेत वर वर जात होती.

सगळीकडे पांढरा तेजस्वी प्रकाश होता. मी सगळ्यात वर गेल्यावर देवदूत खाली आले आणि मला स्वर्गात घेऊन गेले. मी अनेक देवदूत म्हणतेय कारण ते सगळं फार अस्पष्ट होतं पण मला खात्री आहे की ते एकापेक्षा जास्त असणार, पण किती, ते माहिती नाही.

डॉक्टर आणि नर्स दुसऱ्या कोणाबद्दल बोलत होते, हे मी ऐकलं पण मी ते लगेच विसरून जात होते. एक वाक्य संपता संपतानाच त्याची सुरुवात काय, हे मी विसरत होते. पण ते बोलत होते आणि भोवती त्यांच्या आवाजाचे प्रतिध्वनी येत होते. हळूहळू ते प्रतिध्वनी विरत दूर गेले. मी त्यांचे आवाज वरून ऐकले कारण मी खूप उंचावर गेल्याचं मला जाणवलं, अगदी स्वर्गातच.

मला मरणाची भीती वाटत नव्हती, की मला धसकाही बसला नव्हता. मी नरकात जाईन अशी भीती मला आधी वाटायची, पण जेव्हा ही घटना घडली तेव्हा मी स्वर्गातच जाणार; याबाबत माझ्या मनात काहीच शंका राहिली नाही. मृत्यूची मी फिकीर करत नव्हते. इतकंच नाही तर त्या अवस्थेत मला कसलीच चिंता नव्हती. सगळीकडे आनंदीआनंद होता. कारण मला त्या भुलीच्या औषधानं चिंतामुक्त केलं होतं. नक्कीच या अनुभवांचं कारण तो गॅसच होता. पण नंतर मी या विषयावर जास्ती विचार नाही केला. सगळं एकदम अस्पष्ट होतं.

या भुलीच्या अवस्थेतल्या अनुभवात आणि मृत्युपश्चात अनुभवातील घटनांमध्ये कितीतरी साम्य आहे, हे तुमच्या लक्षात आलं असेलच. या बाईंनी तेजस्वी प्रकाशाचा, इतरांना भेटल्याचा आणि त्यांनी पलीकडे

नेल्याचा आणि मृत्यूचं भय न वाटल्याचा उल्लेख केला आहे. तिच्या शरीराबाहेरच्या अस्तित्वाचं सूचन करणारे आणखी दोन मुद्दे आहेत. तिनं डॉक्टर आणि नर्सचं बोलणं वरून ऐकलं, असं तिला वाटलं आणि ती तरंगत असल्याचं तिला जाणवलं. दुसरीकडे मृत्युपश्चात अनुभवापेक्षा इथे बऱ्याच वेगळ्या गोष्टीही घडल्या.

तेजस्वी प्रकाशाला व्यक्तिमत्त्व नव्हतं आणि त्याच्या सान्निध्यात अवर्णनीय शांतता आणि सुख मिळाल्याचा उल्लेख आला नाही. तिचा हा अनुभव शब्दशः होता आणि तिच्या धार्मिक शिकवणीनुसार होता. तिला भेटलेल्या आत्म्यांना तिनं देवदूत म्हटलं आणि ते वर असलेल्या स्वर्गाकडे तिला नेत होते. तिनं स्वतःचं शरीर पाहिल्याचं स्पष्ट नाकारलं आणि दुसरा कसलातरी देह असल्याचं तिला जाणवलं नाही. आणि तिनं स्पष्ट सांगितलं की, ती डेंटिस्टची खुर्ची गोलगोल फिरत होती. जिच्यात ती बसली होती, ती स्वतः फिरत नव्हती. ती वारंवार या अनुभवातल्या अस्पष्टता आणि संदिग्धतेवर भर देत होती आणि तिच्या नंतरच्या आयुष्यात तिच्या विश्वासांवर आणि समजुतींवर त्याचा काहीच परिणाम झाला नाही. (उलट तिला आता मृत्युपश्चात जीवनाबद्दल शंकाच वाटते.)

औषधांच्या वाटत असलेल्या परिणामानं मृत्युसमीप अनुभव आणि खरोखरी अनुभवलेला मृत्युपश्चात अनुभव यांची तुलना करता बऱ्याच गोष्टी लक्षात घ्यायला हव्यात. ज्या लोकांनी मला औषधांचे अनुभव सांगितले, ते लोक खरे मृत्युसन्निध अनुभव घेणाऱ्या लोकांप्रमाणेच होते. ते काही कमी किंवा जास्त विलक्षण, प्रतिभावान, बुद्धिमान किंवा स्थिरवृत्तीचे नव्हते. समानच होते. दुसरं म्हणजे, औषधनिर्मित अनुभव फार अस्पष्ट, संदिग्ध होते. तिसरी गोष्ट म्हणजे त्यांच्या सर्वांच्या कथा वेगळ्या वेगळ्या असतात. औषधनिर्मित अनुभवांच्या कथांमध्ये आणि खऱ्या अनुभव घेतलेल्या कथांमध्ये स्पष्ट, ठळक फरक दिसतो. मी भुलीमुळे आलेल्या अनुभवातला प्रसंग निवडताना बऱ्याच प्रमाणात खऱ्या अनुभवाच्या जवळ जाईल असा प्रसंग निवडला तरीही फरक जाणवलाच. याचाच अर्थ या दोन्ही प्रकारच्या अनुभवांमध्ये खूप फरक आहे.

औषधनिर्मित अनुभवाच्या स्पष्टीकरणाला विरोध करणारे इतरही काही महत्त्वाचे घटक आहेत. सर्वांत महत्त्वाचं आणि साधं कारण म्हणजे कित्येक प्रसंगांमध्ये कोणतेही औषध दिलेले नसतानाही लोकांना मृत्युसन्निध अनुभव आला आहे. काही घटनांमध्ये तर या अनुभवानंतरही कोणतेही औषध दिलेले नव्हते. काही लोकांनी मला हे आवर्जून सांगितलं, की हा अनुभव त्यांना कोणतंही औषध घ्यायच्या आधीच आला होता. काही बाबतीत तर कोणतेही वैद्यकीय उपचार घ्यायच्या कितीतरी आधी अनुभव आल्याचं सांगितलं. ज्या प्रसंगात मृत्युपश्चात अनुभवाच्या आगेमागे औषधं दिली गेली, ती विविध होती, अगदी ॲस्परीनपासून ते प्रतिजैविकांपर्यंत, ॲड्रेनॅलिनपासून ते स्थानिक भुलीच्या वायूपर्यंत. यांतल्या कित्येक औषधांचा मज्जासंस्थेशी किंवा मानसिकतेशी तसा संबंधच येत नाही. लक्षात घेण्याजोगी बाब म्हणजे ज्यांना औषधं दिलेली नव्हती, त्यांचे अनुभव आणि विविध औषधं घेतलेल्या लोकांचे अनुभव यांत फरक दिसत नाही. शेवटी मी माझी टिप्पणी न करता एका स्त्रीचा अनुभव सांगतो, जी काही वर्षांच्या अंतरानं दोन वेळा मृतावस्थेत गेली होती. पहिल्या वेळेस मृत पावल्यावर अनुभव न मिळण्याचं कारण तिनं सांगितलं की तेव्हा ती भुलीच्या औषधाच्या खूप प्रभावाखाली होती. दुसऱ्या वेळेस तिला कोणतंही भुलीचं औषध दिलं गेलं नव्हतं, तेव्हा तिला खूप विशेष आणि गुंतागुंतीचा अनुभव मिळाला.

आधुनिक औषधशास्त्राच्या धारणांमुळे एक अतिशय प्रचलित झालेलं मत असं आहे की, 'मनावर परिणाम करणाऱ्या औषधांच्या वापरामुळे काही असामान्य मानसिक गुंतागुंतीचे अनुभव येऊ शकतात' आणि हे मत अगदी सर्वसामान्य लोकांनीसुद्धा मान्य केलेले आहे. यामुळे अशा अनुभवांना आपण सहजच खोटे, भ्रामक, भासवान किंवा फक्त मनाचे खेळ समजतो. परंतु आपण हे आवर्जून लक्षात घ्यायला हवं, की या मताला जगभरात सर्वांकडूनच मान्यता मिळालेली नाही. औषधांचा वापर आणि त्यांचे होणारे परिणाम (औषधनिर्मित अनुभव) यांच्या संबंधाविषयी आणखी एक दृष्टिकोन उपलब्ध आहे.

आपण ज्यांना भ्रम निर्माण करणारी औषधे म्हणतो, त्या औषधांच्या

प्रारंभीच्या आणि संशोधित उपयोगांचा आढावा घेऊ. खूप पूर्वीपासूनच माणूस अशा औषधांचा वापर चैतन्याच्या दुसऱ्या अवस्थांपर्यंत पोहोचण्यासाठी किंवा अस्तित्वाच्या (सत्याच्या) दुसऱ्या पातळीवर जाण्यासाठी करत आला आहे. (या विषयावरचं सध्याच्या काळातलं एक आकर्षक पुस्तक जरूर वाचा. 'द नॅचरल माईंड', - अॅन्ड्रयु वेईल, एम. डी.) यावरून आपल्या लक्षात येईल, अशा औषधांचा वापर ऐतिहासिक काळापासून होत आहे, फक्त वैद्यकीय उपचार किंवा रोगनिवारक म्हणूनच नाही तर काही धार्मिक रूढींमध्ये आणि उन्मनी अवस्थेत ज्ञान मिळवण्यासाठीही. उदा. पश्चिम अमेरिकेत आढळणारी अँग्लो इंडियन लोकांची जात निवडुंग प्रकारातील एक झाडाचा (ज्यात मेस्कॅलिन द्रव असते) उपयोग धार्मिक दिव्य दृष्टी आणि ज्ञान मिळवण्यासाठी करतात. अशाच अनेक रूढी जगभरात विविध समाजात आपल्याला दिसतात. त्या-त्या समाजातल्या लोकांचा या औषधांवर दृढ विश्वास असतो, की ही औषधे त्यांना अस्तित्वाच्या (सत्याच्या) दुसऱ्या पातळ्यांवर जाण्यासाठी मार्ग बनवून देतात. जर त्यांची ही धारणा आपण खरी मानली, तर यातून हेच समोर येतं की हा सत्यापर्यंत पोहोचण्याचा किंवा अस्तित्वाच्या दुसऱ्या पातळ्यांपर्यंत पोहोचण्याचा अनेक मार्गांपैकी एक मार्ग आहे. मृत्युसन्निध अनुभव हा असाच एक दुसरा मार्ग असू शकतो. सुरुवातीला सांगितलेला औषधनिर्मित अनुभव आणि खरा मृत्युसन्निध अनुभव यांमधील समानतेचं स्पष्टीकरण देण्यासाठी हे गृहीतक आधारभूत ठरू शकतं.

(२) शरीरशास्त्रविषयक स्पष्टीकरणे – संपूर्ण शरीर, अवयव, पेशी, त्यांची कार्ये, त्यांचा परस्परसंबंध व या सर्वांचा अभ्यास जीवशास्त्राच्या शरीरशास्त्र या शाखेमध्ये केला जातो. मृत्युसन्निध संकल्पनेचं शरीरशास्त्रातलं स्पष्टीकरण जे मी नेहमी ऐकतो, ते असं – 'वैद्यकीय दृष्ट्या मृत व्यक्तीमध्ये मेंदूला होणारा प्राणवायूचा पुरवठा बंद होतो. काही शारीरिक तणावांमध्येही मेंदूचा रक्तपुरवठा कमी होतो. अशावेळी मरणाऱ्या मेंदूच्या शेवटच्या काही कृतींमुळे येणारा अनुभव म्हणजे मृत्युसन्निध अनुभव असावा.' या गृहीतकातली एक मुख्य चूक म्हणजे – मी आधी सांगितलेल्या मरणप्राय माणसांच्या कथनाचा आढावा घेतला तर असं दिसतं, की बऱ्याच वेळा

मृत्युसन्निध अनुभव हा वर उल्लेखलेल्या शारीरिक, मानसिक तणावांच्या आधीच आला होता. अगदी थोड्या घटनांमध्ये तर कोणतीही शारीरिक इजा झालेली नसताना हा अनुभव आला होता. शरीराच्या अतिशय जखमी अवस्थेत जे अनुभवातले टप्पे होते, तसेच टप्पे शारीरिक इजा नसताना आलेल्या अनुभवातही होते.

(३) मज्जातंतू विज्ञानातील संदर्भ – मेंदू, मणका आणि मज्जातंतू यांचा, त्यांना होणाऱ्या आजारांची कारणं, त्यांचे निदान, त्यांचे उपचार या सर्वांचा समावेश असलेली वैद्यकशास्त्रातली विशेष शाखा म्हणजे मज्जातंतुविज्ञान (न्युरॉलॉजी). मरणासन्न अवस्थेतल्या अनुभवाप्रमाणेच मज्जातंतूविषयक आजारांमध्येही काही समान अनुभव येतात. यावरून मरणाऱ्या माणसामध्ये होणाऱ्या मज्जातंतू बिघाडामुळे त्याला असे अनुभव येत असावे, असा दावा काहीजण करू शकतील. आपण आता मृत्युसन्निध अनुभवातील दोन मुख्य घटनांशी (पूर्ण आयुष्याचा आढावा आणि शरीराबाहेर असण्याचा अनुभव) मिळतेजुळते अनुभव पाहू, जे मज्जातंतूसंबंधी आजारातून जाणाऱ्या व्यक्तींना येतात.

मी न्युरॉलॉजी कक्षात एका रुग्णाला भेटलो. तो एका विचित्र आजाराने ग्रासला होता. त्याला त्याच्या गतआयुष्यातल्या घटना दिसत असत.

जेव्हा हे पहिल्यांदा घडलं, तेव्हा मी माझ्या मित्राकडे पाहत होते. त्याच्या चेहऱ्याची उजवी बाजू थोडीशी विरूप झाली होती आणि अचानक माझ्या गतआयुष्यातल्या घटनांची मला जाणीव व्हायला लागली. माझ्या मनात अचानक हे चित्र उसळू लागलं. त्या घटना जशा घडल्या, अगदी तशाच रंगीत, सविस्तर, त्रिमित दिसल्या. मी दचकलो, मला त्याचा तिटकारा आला. मी त्यांना टाळू पाहत होतो. तेव्हापासून अनेकदा मला हा अनुभव (अॅटॅक) आला. मग मी या स्थितीशी जुळवून घ्यायला शिकलो. मी त्या घटनांना तसंच जाऊ दिलं. नवीन वर्षाच्या सुरुवातीला कसे गेल्या वर्षी घडलेल्या घटनांची झलक तीव्र गतीनं दाखवतात, तशा या घटना माझ्या डोळ्यांपुढून

जातात. एक घटना बघेबघेतो पुढची घटना दिसते. अरे, हे तर मला आठवतंय, असा विचार मी करतच असतो की दुसरी त्यावर झळकते, असं आहे ते सगळं.

या प्रतिमा म्हणजे खऱ्याच घटना आहेत. यात काहीही वाढवून सांगितलेलं नाही. पण हे सगळं संपलं की मी काय बघितलं, हे मला आठवतच नाही. कधी त्याच त्याच प्रतिमा दिसतात तर कधी वेगळ्या. त्या डोळ्यांपुढे आल्या की मला आठवतं, अरे ह्या त्याच घटना, गेल्या वेळी पाहिलेल्या. पण संपलं की काही आठवत नाही. त्या माझ्या आयुष्यातील फार महत्त्वाच्या घटना नसाव्यात, म्हणजे नव्हत्याच. तशा त्या क्षुल्लकच होत्या. त्या कधीही क्रमानं येत नाहीत. कशाही उलट सुलट येतात.

जेव्हा या प्रतिमा येतात, तेव्हा मी इतर गोष्टी सुद्धा पाहू शकतो. पण माझं भान नाहीसं होतं. जणू काही माझं अर्धं भान त्या घटनांकडे असतं आणि अर्धं मी जे करत असतो, तिकडे असतं. या अवस्थेत ज्या लोकांनी मला पाहिलं आहे, ते म्हणतात की त्या अवस्थेत मी फारतर एक मिनिटभर असेल पण मला मात्र तो काळ युगासारखा वाटतो.

या अशा मज्जातंतूतील बिघाडामुळे आलेल्या आजारामधील अनुभवात आणि मृत्युसन्निध अनुभवातील गतआयुष्याचा देखावा यांत साम्य दिसतं. उदाहरणार्थ, या माणसावर जेव्हा आघात होतो, तेव्हा त्या प्रतिमा अगदी सविस्तर दिसतात. त्या आपसूकच त्याच्याकडे येतात. त्याच्याकडून त्या मुद्दाम आठवल्या जात नाहीत. त्या खूप वेगानं येतात आणि त्यावेळी काळाची जाणीव नष्ट झालेली असते, असंही तो सांगतो.

आणि यात बरीच तफावतही दिसते. मृत्युसन्निध अनुभवाप्रमाणे इथे या प्रतिमा क्रमानं येत नाहीत, आणि एकाच वेळी एकसंध अशा दिसत नाहीत. त्या त्याच्या आयुष्यातल्या महत्त्वाच्या घटनाही नव्हत्या, असं त्यानं सांगितलं आहे. त्यावरून त्या त्याच्या समोर त्याला शिकवण्यासाठी किंवा निवाडा करण्यासाठी दाखवल्या जात नाहीत. मृत्युपश्चात अनुभवातील

पुनरावलोकनानंतर आमच्या आठवणी अधिक सुस्पष्ट झाल्या, असं अनेकांनी सांगितलं तर इथे या माणसाला कोणत्या प्रतिमा पाहिल्या, हे आठवणं कठीण जातंय.

मृत्युसन्निध अनुभवात शरीराबाहेर असण्याच्या अनुभवाशी थोडाफार जुळणारा अनुभव मज्जातंतूंतील बिघाडामुळेही येतो. त्याला म्हणतात - 'ऑटोस्कोपिक हॅलुसिनेशन (Autoscopic Haluenation)' या विषयावर डॉ. एन.ल्युकिनोविझ यांनी 'अर्काईव्हज् ऑफ न्युरोलॉजी अॅन्ड सायकियॅट्री' या वैद्यकीय पत्रिकेत अतिशय सुंदर लेख लिहिला आहे. या विचित्र आजाराच्या अवस्थेत माणसाला त्याच्या समोरच त्याची प्रतिमा दिसते, आणि ही जुळी प्रतिमा त्या व्यक्तीच्या हालचालींची, हावभावांची नक्कल करते. मूळ माणूस मात्र या अचानक समोर आलेल्या प्रतिमेला बघून भयंकर गोंधळून जातो.

या अनुभवात आणि मृत्युपश्चात अनुभवातील शरीराबाहेरच्या स्थितीत साम्य आहेत पण त्यापेक्षाही अधिक फरक आहे.

भ्रामक स्वप्रतिमा ही जास्त चैतन्यपूर्ण असल्यासारखं त्या व्यक्तीला वाटतं पण अशारीर अवस्थेत पाहिलेलं (मागे सोडलेलं) शरीर मात्र अचेतन असतं. एखाद्या आवरणासारखं, पोकळ. स्वप्रतिमा त्या व्यक्तीचं बोलणं पुन्हा उच्चारते, त्याला सूचना देते, टोमणे मारते. अशारीर अवस्थेत संपूर्ण शरीर दिसतं (न झाकलेलं किंवा न लपवलेलं असेल तर) परंतु भ्रामक अवस्थेत फक्त छाती किंवा मानेच्या वरचा भागच दिसतो.

उलट, स्वप्रतिमा आणि आध्यात्मिक देह यांत बरीच समान वैशिष्ट्यं दिसतात. भ्रामक स्वप्रतिमा कधी कधी रंगीत असली तरी बहुतेकवेळा पारदर्शक, रंगहीन दिसते. त्या व्यक्तीला स्वतःची प्रतिमा कोणत्याही अडथळ्याशिवाय सहज दारातून इतर गोष्टीतून जाताना दिसते.

आता मी एक भ्रामक स्वप्रतिमेचं वैशिष्ट्यपूर्ण उदाहरण तुम्हाला सांगतो, हे एकमेव उदाहरण असं आहे, की ज्यात एकाचवेळी दोन व्यक्ती सहभागी झाल्या आहेत.

साधारण दोन वर्षांपूर्वी एकदा उन्हाळ्यात रात्री ११ च्या

सुमारास मी आणि माझी बायको माझ्या गाडीतून चाललो होतो. मी तिला घरी सोडणार होतो. तिच्या घरासमोर मी रस्त्यावरच्या मंद प्रकाशात गाडी लावली. आम्ही उतरणार तो काय नवल! समोर पाहिलं तर आमच्यापासून साधारण शंभर एक फुटांवर आमच्या दोघांच्या कमरेपासूनच्या वरच्या प्रचंड मोठ्या प्रतिमा एका मोठ्या झाडाखाली गप्पा मारत शेजारी बसलेल्या दिसल्या. आम्ही दोघांनी त्या एकदमच पाहिल्या. त्या प्रतिमा गडद आणि कागदाच्या कटआऊटसारख्या दिसत होत्या. आम्ही त्यांच्या पलीकडे पाहू शकत नव्हतो. पण त्या आमच्याच छबी होत्या, हे नक्की. आम्ही दोघांनीही त्यांना एका क्षणात ओळखलं. ते हलत होते पण आमची नक्कल करत नव्हते. आम्ही तर गाडीत खिळल्यासारखे बसून त्यांना पाहत होतो. त्यांनी अशा काही गोष्टी केल्या – माझ्या प्रतिमेनं हातात पुस्तक घेतलं आणि त्यातलं काहीतरी माझ्या बायकोच्या प्रतिमेला दाखवलं. तिनं पुढे झुकून बारकाईनं पाहिलं.

आम्ही तिथेच बसलो. मी ते काय करताहेत, हे बायकोला सांगायचो आणि ती सुद्धा तेच पाहते आहे हे सांगायची. मग ती सांगायची आणि मी नेमकं तेच पाहत असायचो.

आम्ही तिथं बराच वेळ, निदान अर्धा तास तरी होतोच. त्यांचं निरीक्षण करत, एकमेकांशी त्याविषयी बोलत आम्ही रात्रभर सुद्धा बसलो असतो. पण माझ्या बायकोला घरी पण जायचं होतं म्हणून मग शेवटी आम्ही टेकडीवर तिच्या घराकडे जाणाऱ्या पायऱ्यांवरून निघालो. तिला सोडून मी परत आलो तर ते तिथेच होते. गाडी काढून मी निघून आलो. तेव्हाही ते तसेच तिथे होते.

त्या प्रतिमा गाडीच्या काचेतून दिसणारं आमचं प्रतिबिंब असण्याची मुळीच शक्यता नव्हती. कारण गाडीचं छत उघडलेलं होतं आणि आम्ही गाडीच्या काचेच्या वरून

त्यांच्याकडे पाहत होतो. आम्ही दोघंही दारू प्यायलेलो नव्हतो – अजूनही पित नाही – आणि दोन तीन वर्षांपूर्वी एलएसडी सारख्या मादक द्रव्यांची नावं सुद्धा आम्हाला माहिती नव्हती. खूप रात्र झाली होती पण आम्ही दमलेलो किंवा झोपाळलेलो नव्हतो. ते स्वप्न नक्कीच नव्हतं. उलट आम्ही पूर्ण जागे, सावध, आश्चर्यचकित आणि उत्साही होतो. जे घडतंय ते पाहण्यात आणि एकमेकांशी बोलण्यात गढून गेलो होतो.

मान्य आहे, की भ्रामक स्वप्रतिमा काही प्रमाणात मृत्युसन्निध अनुभवातल्या अशारीर अवस्थेसारखीच अवस्था आहे. आपण त्यातल्या फरकांकडे दुर्लक्ष करून फक्त साम्यांकडे लक्ष केंद्रित करायचं ठरवलं, तरी भ्रामक स्वप्रतिमेचं अस्तित्व अशारीर अवस्थेच्या सत्यतेबाबत कसलंही स्पष्टीकरण देत नाही. साधं कारण आहे, की भ्रामक स्वप्रतिमेला कोणतंही स्पष्टीकरण लागू पडत नाही. बऱ्याच मेंदू-शल्यविशारदांनी आणि मानसोपचार तज्ज्ञांनी याबाबत अनेक वादग्रस्त स्पष्टीकरणं दिली आहेत. अजूनही त्यावर चर्चा चालू आहे आणि कोणताही सिद्धांत सर्वमान्य झालेला नाही. म्हणजेच अशरीर अवस्थेला भ्रामक स्वप्रतिमा मानून त्याचं स्पष्टीकरण देणं म्हणजे गूढ रहस्याला दुसरा, गोंधळाचा पर्याय देण्यासारखंच आहे.

मृत्युपश्चात अनुभवाला मेंदूविकाराशी संबंधित स्पष्टीकरण देताना अजून एक बाब लक्षात घ्यायला हवी. एका माणसाला मृत्युपश्चात अनुभवानंतर काहीतरी मेंदूशी निगडित समस्या जडल्याचं एक उदाहरण माझ्या पाहण्यात आलं. समस्या तशी छोटीच होती. त्याच्या शरीराच्या एका बाजूच्या काही स्नायूंना शिथिलता आली होती. मी नेहमी विचारतो की, या अनुभवानंतर तुम्हाला काही कायमस्वरूपी त्रास निर्माण झाला आहे का, पण मला आत्तापर्यंत मेंदूसंबंधी नुकसानाचं हे फक्त एकच उदाहरण सापडलं आहे.

मानसशास्त्रीय स्पष्टीकरणं

आधुनिक काळातील इतर शास्त्रशाखांच्याप्रमाणे मानसशास्त्राला अजून तेवढा अचूकपणा आलेला नाही. त्यामुळेच मृत्युपश्चात अनुभवांचे मानसशास्त्रीय स्पष्टीकरण खूप विस्तृत आणि विविध प्रकारे देता येईल.

स्पष्टीकरण देणारा कोणत्या विचारधारेचा पाईक आहे, त्यावर हे अवलंबून आहे. यातल्या प्रत्येक प्रकाराचं स्पष्टीकरण देण्यापेक्षा, मी माझ्या प्रेक्षकांकडून ऐकलेल्या काहींचा उल्लेख करणार आहे. त्यातलं एक मला अगदी आवडलंय आणि ते मला महत्त्वाचंही वाटतं.

नेहमी ऐकू येणाऱ्या दोन मानसशास्त्रीय गृहीतकांचा उल्लेख मी या आधी केला आहे. एक म्हणजे – जाणीवपूर्वक खोटं बोलणं आणि दुसरं अजाणतेपणी रंगवून सांगितलेली गोष्ट. या प्रकरणात मी आणखी दोन मुद्दे मांडतो.

(१) एकटेपणावर संशोधन – आत्तापर्यंत दिलेल्या व्याख्यानांमध्ये मला एकदाही एकाही मनुष्यानं मृत्युपश्चात अनुभवाचा अभ्यास एकटेपणाचा परिणाम म्हणून करावा असं सुचवलेलं नाही. पण सध्या नव्यानं आणि वेगानं उदयाला येत असलेल्या वर्तणूकशास्त्राच्या संशोधनानुसार ह्या संकल्पनेचा मृत्युसन्निध अनुभवाशी जवळचा संबंध असल्याचं म्हटलं आहे. प्रयोगशाळेत घडवून आणलेल्या प्रयोगातून सुद्धा असा जवळचा संबंध असल्याचं सुचवलं गेलं आहे.

एखादा माणूस कोणत्या न कोणत्या कारणाने एकटा पडला असेल तर तेव्हा त्याच्या शरीरावर आणि मनावर होणारा परिणाम अभ्यासणं म्हणजेच एकटेपणावर संशोधन. उदाहरणार्थ, एखाद्याला समाजापासून पूर्णपणे दूर ठेवलं गेलं, त्याचा कोणत्याही व्यक्तीशी संबंध येऊ दिला नाही किंवा एखाद्याला वारंवार एकसुरी कंटाळवाणं काम बऱ्याच काळपर्यंत करायला सांगितलं.

अशा परिस्थितीतील घटनांची माहिती, आकडेवारी बऱ्याच प्रकारे मिळू शकते. ध्रुवीय प्रदेशात संशोधनासाठी गेलेले लोक किंवा जहाज बुडाल्यावर (फुटल्यावर) एकटेपणाने कसेबसे जगणाऱ्या लोकांच्या लिखाणामध्ये बरीच माहिती मिळू शकते. गेल्या काही (दशकात) वर्षांत प्रयोगशाळेत विशेष परिस्थिती निर्माण करून मुद्दाम घडवून आणलेल्या प्रयोगातून संशोधन केलं आहे. यातले सर्वश्रुत तंत्र म्हणजे एखाद्या स्वयंसेवकाला कान-डोळे बांधून पाण्याच्या टाकीमध्ये लोंबकळत ठेवणं.

पाण्याचं तापमान शारीरिक तापमानाइतकंच असतं. यामुळे वजन आणि तापमानाची जाणीव कमी होते. डोळे बांधल्यामुळे आणि कानात बोळे घातल्यानं त्या अंधाऱ्या, आवाजरहित टाकीचा प्रभाव तीव्रतेनं जाणवतो. त्याचे हात बंदिस्त केलेले असतात. तो हातापायाची, सांध्यांची कसलीही हालचाल करू शकत नाही.

या आणि अशा एकटेपणाच्या अवस्थेत काही जणांना असाधारण मानसिक अनुभव येतात आणि त्यातले बरेचसे मी प्रकरण २ मध्ये सांगितलेल्या अनुभवांप्रमाणे असतात. उत्तर ध्रुवावर बराच काळ एकांतवासात घालवलेल्या एका स्त्रीला तिच्या आयुष्यातील घटनांचा पट दिसला, अशी नोंद आहे. जहाज फुटल्यावर कित्येक दिवस (आठवडे) एखाद्या छोट्याशा बोटीत एकट्याने दिवस काढणाऱ्या खलाशांना भास झाल्याचे अनुभव आहेत. आपली सुटका झाली आहे, भूत किंवा दिव्यात्म्यानं येऊन आपल्याला सोडवलं आहे, असा भ्रम त्यांना होतो. माझ्या लोकांनी सांगितलेल्या प्रकाशाचा आत्मा किंवा मृत परिचितांचे आत्मे यांच्याशी ही स्पष्टीकरणं थोडीफार जुळतात. यांसारखेच आणखीही काही चमत्कारिक अनुभव येतात ते असे - काळाचं भान नष्ट होणं. शरीराच्या काही भागापासून सुटल्याची (बाहेर आल्याची) भावना, पुन्हा माणसात जायला किंवा एकटेपणा सोडायला विरोध आणि सर्व जगाशी एकात्मतेची भावना. जीवनात येताना ह्या लोकांच्या नीतिमत्तेमध्ये ठळक बदल घडलेला असतो. त्यांना आतून सुरक्षित वाटत असतं. व्यक्तिमत्त्वाची पुनर्घडण अगदी मृत्युपश्चात अनुभव घेतलेल्या व्यक्तींप्रमाणेच आहे.

याचप्रमाणे मरताना माणसाची स्थितीसुद्धा काहीशी या एकटेपणातल्या अनुभवांसारखी असते. मरणासन्न माणसाला नेहमीच एकटं ठेवलं जातं, तो हॉस्पिटलच्या खोलीत निपचित पडलेला असतो. तिथे कमी आवाज, मंद प्रकाश असतो. कोणालाही त्याला भेटण्याची परवानगी नसते.

मृत्यूच्या वेळी काही शारीरिक बदलांमुळे मेंदूला होणारी संवेदनांची जाणीव बंद किंवा कमी होत असावी आणि त्यामुळेही माणूस एकटा पडत जात असेल. आधीच वर्णन केल्याप्रमाणे कितीतरी मरणासन्न लोकांनी

मला सांगितलं, की त्यांच्या त्या अवस्थेत त्यांना अगदी एकटं, परकं, माणसांपासून तुटल्यासारखं वाटतं. अशारीर अवस्थेत त्यांना हे जास्त जाणवतं.

वरील बाबी लक्षात घेता, मृत्युपश्चात अनुभव आणि एकटेपणाचा अनुभव या दोन्हींच्या सीमारेषेवरील काही अनुभव नक्कीच असतील. ज्यांना एकटेपणामुळे आलेला अनुभव म्हणावं, की मृत्युसन्निध अनुभव म्हणावं, हे ठरवता येणार नाही. उदाहरणार्थ, एका माणसानं त्याच्या मोठ्या आजारपणातील हॉस्पिटलमधला अनुभव सांगितला, तो पाहू.

मी खूप आजारी होतो. हॉस्पिटलमध्ये पडलो असताना माझ्या डोळ्यांसमोर नेहमी चित्रं येत राहायची, जणू काही मी टी.व्ही. पाहतोय. त्या माणसांच्या प्रतिमा होत्या. एखादा माणूस लांब अंतरावर दिसायचा, मग तो पुढे यायचा. मला पक्कं माहिती होतं की मी आजारी आहे. हॉस्पिटलमध्ये आहे. पण मला कळत नसे, हे काय चाललंय? त्यातले काही लोक माझ्या चांगल्या ओळखीचे होते - काही मित्र, माझे नातेवाईक पण काही अगदी अनोळखी होते. आणि अचानक माझ्या लक्षात आलं, जी दिसत होती ती सगळी माणसं आधीच मृत पावली होती.

आता हा अनुभव कोणत्या प्रकारात मोडेल? कारण यातले काही मुद्दे दोन्ही प्रकारच्या (मृत्युपश्चात आणि एकटेपणा) अनुभवांप्रमाणेच आहेत. मृत्युपश्चात अनुभवासारखंच इथेही मृत व्यक्तींची भेट झाल्याचे दिसतं आहे. पण दुसरं कुठलंही साम्य दिसलं नाही. आणि दुसऱ्या एका प्रयोगात एक स्वयंसेवक त्याच्या खोलीत एकटा असताना त्याला भ्रम झाला. त्यात त्याला सुप्रसिद्ध व्यक्ती त्याच्या भोवती फिरताना दिसल्या. मग हा वरचा अनुभव मृत्युपश्चात अनुभव म्हणायचा, का त्याच्या आजारपणामुळे त्याला आलेला एकटेपणातला भ्रम समजायचा? त्यामुळे असे अनुभव कशाप्रकारचे असतील याचा काही ठोस निकष ठरवता येत नाही. काही अनुभव तरी सीमारेषेवरच असणार हे नक्की. जरी हे अनुभव एकमेकांसारखे

असले तरी एकटेपणाच्या संशोधनातून मृत्युपश्चात अनुभवासाठी काही निश्चित असे समाधानकारक स्पष्टीकरण मिळत नाही. एकतर एकटेपणामध्ये उद्‌भवणाऱ्या विपरीत मानसिक अवस्थेचं कसलंही स्पष्टीकरण सध्यातरी देता येत नाही. मृत्युपश्चात अनुभवाची तुलना एकटेपणाशी करणे म्हणजे अशारीर अवस्थेला ऑटोस्कोपिक हॅलुनिसेशन (Autoscopic Haluenation) म्हणण्यासारखंच आहे. हे एका रहस्याला दुसऱ्या रहस्याचं नाव देण्यासारखं आहे. एकटेपणातील प्रतिमांबद्दल दोन परस्परविरोधी विचारधारा आहेत. काहीजण निःसंशय त्याला असत्य किंवा भ्रामक समजतात पण इतिहासातील सगळ्या रहस्यमय आणि संभावित (बनावट) घटनांमध्ये एकांतवासाला चमत्कार आणि दिव्यदृष्टी मिळवण्याचं साधन मानलं आहे. कित्येक संस्कृतींमध्ये एकांतवासात जाऊन आपला आध्यात्मिक पुनर्जन्म होतो, असा दृढ विश्वास आहे. बायबलसह इतर अनेक धार्मिक ग्रंथात याचा उल्लेख आढळतो.

जरी ही संकल्पना आपल्या पाश्चात्त्य विचारसरणीला परकी असली तरी त्याला पुष्टी देणाऱ्या अनेक गोष्टी आजही आपल्या समाजात आढळतात. जॉन लीली या एका सुप्रसिद्ध प्रभावी संशोधकानं अलीकडेच आत्मचरित्र लिहिलं आहे – 'द सेंटर ऑफ सायक्लॉन.' या पुस्तकात त्यांनी स्पष्टपणे सांगितलंय की त्यांना एकटेपणात आलेले अनुभव खोटे किंवा भ्रामक नव्हते तर ज्ञानप्राप्तीचे खरे अनुभव होते. त्यांनी जो स्वतःचा मृत्युसन्निध अनुभव सांगितला आहे, तो बराचसा मी सांगितलेल्या अनुभवांप्रमाणेच आहे. त्यांनी त्यांचा मृत्युपश्चात अनुभव आणि एकटेपणाचा अनुभव एकाच गटात ठेवला आहे. त्यामुळे एकटेपणाचा अनुभव हा मृत्युसन्निध अनुभव किंवा गुंगीच्या औषधांच्या प्रभावाद्वारे दुसऱ्या जगात डोकावण्याच्या अनेक मार्गांपैकी एक मार्ग असू शकतो.

(२) स्वप्न, भ्रम आणि भास – मृत्युपश्चात अनुभव म्हणजे इच्छापूर्ती करणारी स्वप्नं असावीत, असं कोणी म्हणेल. हा अनुभव म्हणजे काल्पनिक कथा किंवा भ्रम असावा ज्यासाठी अनेक घटक कारणीभूत असावेत, जसे, काही ठिकाणी मादक द्रव्य, औषधं, मेंदूतील बिघाड तर काही ठिकाणी एकटेपणा, विजनवास इत्यादी. अशाप्रकारे काही लोक

मृत्युपश्चात अनुभवाला भ्रम संबोधण्याचा प्रयत्न करतात.

पण याला विरोध करणारे अनेक घटक आहेत. सर्वांत प्रथम सगळ्या वर्णनांमध्ये आशयाचं आणि दर्जाचं कितीतरी साम्य दिसते, हे लक्षात घ्यायला हवं. त्याचप्रमाणे आपल्या समाजात मृत्यूनंतरच्या ज्या जगाची कल्पना प्रचलित आहे, त्यापेक्षा फार विपरीत अनुभव घेऊन हे लोक आले आहेत. याखेरीज या अनुभवांत सांगितलेला घटनाक्रम प्राचीन धार्मिक ग्रंथांमध्ये सांगितलेल्या घटनांप्रमाणेच दिसून आला आणि त्या जुन्या लिखाणाबद्दल माझे लोक अनभिज्ञ होते.

दुसरी गोष्ट म्हणजे मी ज्या लोकांशी बोललो, ते काही संशयित मानसिक रुग्ण नव्हते. ते भावनिक दृष्ट्या स्थिर, सामान्य, समाजात कार्यरत अशी माणसं आहेत. ते महत्त्वाच्या पदांवर कार्य करतात. त्यांचं वैवाहिक जीवन सुखकर आहे. ते कुटुंबाशी आणि मित्रांशीही योग्य रीतीनं वागतात. मी बोललो त्यांपैकी एकाच्याही आयुष्यात एकापेक्षा जास्त भयानक प्रसंग घडलेले नाहीत. आणि हे लोक स्वप्नं आणि जागेपणाचा अनुभव यांत फरक समजणारे आहेत, त्यांचा मृत्युसन्निध अनुभव हा स्वप्न नसून त्यांच्याबरोबर घडलेली सत्य घटना आहे, ही गोष्ट ते लोक वारंवार सांगून मला याची खात्री करून देत होते.

काही प्रसंगांमधल्या अशारीर अनुभवाला बळकटी देणारे अनेक स्वतंत्र आधार आहेत. मी त्या लोकांना शब्द दिलाय म्हणून मला त्यांची नावं तुम्हाला सांगता येणार नाहीत. पण मी असे कित्येक अनुभव ऐकताना पुष्कळवेळा चकित झालो आहे. मृत्युपश्चात अनुभवाकडे योग्य पद्धतीनं पाहणारा कोणीही, त्याला पुष्टी देणारा एकतरी घटक सांगतोच. मृत्युपश्चात अनुभव हे स्वप्न तर नाहीतच पण इतर कुठल्याही प्रकारात न मोडणारे आहेत, हे सिद्ध करणाऱ्या अनेक सत्य गोष्टी त्याला दिसून येतील आणि त्याचा विश्वास दृढ होईल.

एक शेवटचा मुद्दा. स्पष्टीकरणं ही काही फक्त अमूर्त बुद्धिप्रामाण्य नाहीत. ती काही प्रमाणात त्या व्यक्तीच्या अहंकाराचाही विषय आहेत. लोक जे शास्त्रीय स्पष्टीकरण ग्राह्य धरतात, त्याच्याशी ते भावनिकरीत्या

बांधले गेलेले असतात.

माझ्या या विषयावरच्या असंख्य व्याख्यानांमध्ये अनेक स्पष्टीकरणं मला मिळाली. काही लोकांचा कल शरीरशास्त्र, औषधशास्त्र किंवा मज्जासंस्थेच्या शाखेकडे असतो. त्यांना याचं स्पष्टीकरण त्यांच्या स्वतःच्या स्रोताकडूनच हवं असतं आणि हे स्वाभाविकही आहे. काही मृत्युसन्निध अनुभवांच्या घटना त्यांच्या स्पष्टीकरणांना मोडून टाकतात. तरीही ते लोक स्वतःची स्पष्टीकरणं धरून बसतात, सोडत नाहीत. जे लोक फ्रॉइडचा सिद्धांत मानतात, त्यांच्यामते प्रकाशाचा आत्मा हा त्या व्यक्तीच्या वडिलांचं रूप असतं तर जंगीयन्सच्या मते त्यांच्या संपूर्ण बेशुद्धीच्या काळातील ती एक कपोलकल्पित रचना असते आणि इत्यादी इत्यादी...

मी पुन्हा पुन्हा एक गोष्ट सांगू इच्छितो, की मी या सर्वांतून माझं असं कोणतंही स्पष्टीकरण देत नाहीये. मी फक्त मला नेहमी सांगितली जाणारी स्पष्टीकरणं ही समाधानकारक नाहीत आणि ती शंका उपस्थित करतात, हे सांगण्याचा प्रयत्न करतोय. खरं तर मला असं सुचवायचंय, मृत्युपश्चात अनुभव ही एक विलक्षण संकल्पना असून तिच्या स्पष्टीकरणासाठी आपण काही नव्या पद्धती, नवे अर्थ योजित करायला हवेत.

प्रकरण ६

प्रभाव

हे पुस्तक लिहीत असताना माझा उद्देश आणि दृष्टिकोन याबद्दल गैरसमज होऊ शकतील याचं पूर्ण भान मला आहे. शास्त्रीय प्रवृत्ती असलेल्या लोकांना मी सांगू इच्छितो की मी जे काही केलंय, तो काही शास्त्रीय अभ्यास नाही, याची मला जाणीव आहे. आणि माझ्या तत्त्वज्ञ मित्रांना माझं सांगणं आहे की मृत्युपश्चात जीवन आहे, हे मी सिद्ध केलं आहे अशा भ्रमात मी बिलकुल नाही. या सर्व विषयाचा सखोल अभ्यास करण्याकरता खूप तांत्रिक बाबींचा विचार करावा लागेल आणि तो या पुस्तकाचा विषय नाही. त्यामुळे मी काही मोजक्याच गोष्टींबाबत बोलायचं ठरवलं आहे.

तर्कशास्त्र, कायदा आणि विज्ञान या विषयातील विशेष अभ्यासामध्ये 'निष्कर्ष' 'साक्ष' आणि 'पुरावे' या शब्दांना तांत्रिक अर्थ आणि महत्त्व असतं. बोली भाषेतल्या त्यांच्या वापरापेक्षा इथे त्यांचा दर्जा वेगळा असतो. हेच शब्द रोजच्या बोलण्यात फार ढिसाळपणे वापरले जातात. एखाद्या क्षोभक (भडक) लोकप्रिय मासिकात आपल्याला एखादी वेगळीच कथा एखाद्या असंभवनीय दाव्याचा पुरावा म्हणून दिलेली दिसते.

तर्कशास्त्रात तर दिलेल्या परिप्रेक्ष्यात काय बोलता येईल आणि काय नाही, हा अजिबात गौण प्रकार नसतो. याबद्दलचे नियम, कायदे आणि पद्धती अगदी ठामपणे आणि जोरदारपणे मांडलेले असतात. जेव्हा एखादा म्हणतो, की मी एखाद्या गोष्टीविषयी या 'निष्कर्षाला' पोहोचलो आहे, तेव्हा त्याचा दावा असतो, की एखाद्या दुसऱ्या व्यक्तीनं तोच प्रयोग त्याच परिस्थितीत पुन्हा केला तर तोही त्याच निष्कर्षापर्यंत पोहोचेल पण त्यानं तर्क लढवताना कोणतीही चूक केली नसेल तरच.

या दोन्ही गोष्टींमुळे मी माझ्या अभ्यासातून कोणताही निष्कर्ष काढलेला नाही. मृत्युपश्चात जीवनाबद्दलच्या जुन्या ग्रंथातील वचनांचा पुरावा सादर केल्याचा दावाही मी का करत नाही, हे लक्षात घ्या. असं असलं तरी हे मृत्युसन्निध अनुभव अतिशय महत्त्वाचे आहेत असं मला वाटतं. म्हणून मी एक मधला मार्ग शोधण्याचा प्रयत्न करतो आहे. जो त्या अनुभवांना शास्त्रीय किंवा तार्किक पुरावे नाहीत म्हणून नाकारला जाणार नाही आणि मृत्यूनंतरच्या जीवनाचा पुरावा असल्याचा भावनाक्षोभक दावाही करणार नाही.

आणि मला खात्रीनं असं वाटतंय की आज जरी आपण या अनुभवांचा कोणताही तार्कीक किंवा शास्त्रीय पुरावा देऊ शकत नसलो तरी या अनुभवांच्या वैशिष्ट्यपूर्णतेला आपण दुलर्क्षित करू शकत नाही. बहुधा ही सद्य:स्थितीतील वैज्ञानिक व तार्किक विचारांची मर्यादा असू शकेल. कदाचित भविष्यकाळात शास्त्रज्ञ आणि तत्त्वज्ञांचा या गोष्टीकडे बघण्याचा दृष्टिकोन बदललेला असेल. (तर्कशास्त्र आणि वैज्ञानिक पद्धती ह्या कधीच स्थिर नसतात, त्या नेहमीच विकास पावणाऱ्या आणि नवनव्या, उत्स्फूर्त प्रतिभांना सामावणाऱ्या असतात. त्यांचा नियमित विकास होत आला आहे आणि पुढेही होत राहील हे लक्षात घ्यायला हवे.)

म्हणजे मी जे समोर मांडलं आहे ते काही निष्कर्ष, साक्षी किंवा पुरावे नाहीत. पण काही अस्पष्ट भावना, प्रश्न, साम्य आणि गोंधळून टाकणारं सत्य आहेत. ज्यांबाबत अजूनही स्पष्टीकरण मिळवायचं बाकी आहे. मी या अभ्यासातून काय निष्कर्ष काढले आहेत, हे विचारण्यापेक्षा या अभ्यासाचा माझ्यावर व्यक्तीश: काय परिणाम झाला, हे पाहणं योग्य ठरेल. एखादा माणूस लिखाणातून जे मांडू शकत नाही, ते तो सांगत असताना पाहणं हा एक विलक्षण अनुभव असतो. त्यांचे मृत्युसन्निध अनुभव हे त्यांच्यासाठी सत्य घटना असतात आणि मी त्यांच्याशी जोडलो गेल्याने माझ्यासाठीही सत्यच आहेत. तरीही ही माझ्या पातळीवर स्वीकारलेली गोष्ट आहे, याला मी तर्कपूर्ण सत्य म्हणू शकत नाही. हे मी ओळखून आहे. तर्क हा सामुदायिक असतो पण मानसिक विचार मात्र त्यादृष्टीनं सामुदायिक नसतो. एकाच परिस्थितीमध्ये एखाद्या घटनेचा परिणाम एका व्यक्तीवर वेगळा

होईल आणि दुसऱ्या व्यक्तीवर वेगळाच होईल. मनाची अवस्था, कल, स्वभाव या सगळ्या गोष्टींवर हा परिणाम अवलंबून असतो आणि माझ्या अभ्यासाबद्दलची माझी प्रतिक्रिया म्हणजे इतरांसाठीचा नियम असावा, अशी माझी इच्छा नाही. यावर कोणी शंका काढेल, जर ह्या अनुभवांचा अर्थबोध शेवटी व्यक्तीशः असेल तर त्यांचा अभ्यास का करायचा? याचं उत्तर म्हणजे पुन्हा तोच मुद्दा – मृत्यूशी असलेला मानवाचा वैश्विक संबंध. त्यामुळे मृत्यूच्या स्वरूपावर प्रकाश टाकणारा कोणताही अभ्यास योग्य आहे, असा माझा विश्वास आहे.

बऱ्याच व्यावसायिक आणि शैक्षणिक क्षेत्रातील लोकांसाठी मृत्यूविषयीचा अभ्यास आवश्यक आहे. मरणाऱ्या व्यक्तीच्या भयाशी, आशा-निराशेच्या भावनांशी संबंधित असलेल्या डॉक्टरांसाठी, मृत्यूला सामोरं जायला मदत करणाऱ्या धर्मगुरूंसाठी हा अभ्यास गरजेचा आहे. मानसशास्त्रज्ञ आणि मानसोपचारतज्ज्ञ यांच्यासाठीही उपयुक्त आहे. भावनिक विकारांवर उपचार करण्याची व्यवहार्य आणि विश्वासू पद्धती अवलंबण्यासाठी त्यांना मन म्हणजे काय, त्याचं शरीराबाहेर काही अस्तित्व आहे का, हे जाणून घेणं अत्यंत आवश्यक आहे. जर असं काही अस्तित्व नसेल तर मानसशास्त्रीय उपचार, औषधं, इलेक्ट्रिक शॉक, मेंदूची शस्त्रक्रिया अशा शारीरिक उपचारांपर्यंतच सीमित राहतील. याउलट जर मनाच्या शरीराशिवायच्या अस्तित्वाची काही लक्षणं दिसली आणि मनाचं शरीरापासून वेगळं स्वतंत्र असं एक अस्तित्व असतं हे समोर आलं, तर मानसिक रुग्णांवर उपचार करण्याच्या पद्धती पूर्णपणे बदलाव्या लागतील. या अभ्यासात शैक्षणिक आणि व्यावसायिक दृष्ट्या काही मुद्दे असले तरी वैयक्तिक दृष्ट्या यात काही बरेच महत्त्वाचे मुद्दे आहेत. मृत्यूसंबंधीचा अभ्यास, आपण आपलं रोजचं जीवन ज्या प्रकारे जगतो, ते पूर्ण बदलवून टाकू शकतो. जर या पुस्तकात चर्चा केलेले अनुभव खरे असतील तर याचा आपण सर्व आज आपल्या जीवनामध्ये काय करत आहोत यावर गंभीर परिणाम होईल, कारण तेव्हा आपल्याला हे कळेल, की या जीवनापलीकडे काय आहे याची माहिती कळल्याशिवाय किंवा झलक दिसल्याशिवाय आपण या जीवनाला पूर्णपणे समजूच शकत नाही.

परिशिष्ट १
एकविसाव्या शतकातील मृत्युसन्निध अनुभव

मृत्यूच्या उंबरठ्यावर असताना मानवी चेतनेच्या या असाधारण चमत्कारिक संकल्पनेच्या संशोधनानंतर पुढे काय? 'मृत्यूनंतरचे जीवन' (लाईफ आफ्टर लाईफ) या पुस्तकाच्या पुनःप्रकाशनाच्या प्रसंगी माझ्या संशोधनातील पुढचे तीन टप्पे सांगणं उचित ठरेल.

आता हे स्पष्ट झालं आहे की मृत्युसन्निध अनुभव हा विषय दुसऱ्या एका खूप मोठ्या विषयाचा भाग आहे, ज्याला आपण चैतन्याची दुसरी अवस्था असे म्हणू शकतो. या मोठ्या विषयातला आणखी एक महत्त्वाचा आणि रोचक भाग म्हणजे 'सहानुभौतिक मृत्युसन्निध अनुभव'.

सहानुभौतिक मृत्युसन्निध अनुभव म्हणजे एखादी व्यक्ती मृत्यू पावत असताना त्याच्या जवळ बसलेले त्याचे जवळचे नातेवाईक त्यांच्या तीव्र भावनांच्या बळावर काहीवेळा मृत्यू होत असलेल्या व्यक्तीच्या मृत्युसन्निध अनुभवांमध्ये सहभागी होऊ शकतात. समाजाच्या वेगवेगळ्या भागातून आलेल्या शेकडो लोकांनी असे अनुभव सांगितले आहेत, जिथे त्यांनी मृत्यू पावत असलेल्या आपल्या जवळच्या नातेवाइकांबरोबर त्यांचा मृत्युसन्निध अनुभव अनुभवला आहे. ते लोक त्यांच्या शरीरातून वरती उचलले गेले आणि त्यांनी आपल्या त्या प्रिय व्यक्तीला स्वत: त्या सुंदर आणि प्रेमळ प्रकाशापर्यंत पोहोचवलं. त्यांनी हे सुद्धा सांगितलं की यापूर्वी मृत पावलेले त्यांचे नातेवाईक त्यांच्या या नवीन मृत पावलेल्या नातेवाइकाचे स्वागत करण्यासाठी आले होते. आश्चर्य म्हणजे मृत्युसन्निध अनुभवाचे सर्व घटक या सहानुभौतिक मृत्युसन्निध अनुभवाशी तंतोतंत जुळतात.

यासंबंधीचे आकडे अशा मृत्यूच्या सहअनुभूतीच्या लाटेबद्दल ग्वाही देतात. १९७३ मध्ये सर्वांत प्रथम मी यासंबंधी माझ्या मेडिसीनच्या प्राध्यापिकेकडून ऐकलं. तिला तिच्या जवळच्या नातेवाइकाला वाचवण्यात

अपयश आलं आणि त्यावेळी तिला असा अनुभव आल्याचं तिनं सांगितलं. तेव्हा लहान असलेले हजारो लोक आता मध्यमवयाचे झाले आहेत. त्यांच्या या वयात त्यांचे आईवडील, नातेवाईक त्यांना सोडून जाण्याची (मृत पावण्याची) बरीच शक्यता असते. आजाराच्या अंतिम टप्प्यातील लोकांच्या बाबतीत हॉस्पिटलचं धोरणही आता बदलले आहे. मी मेडिकलला असताना मरणाऱ्या व्यक्तीजवळ फक्त डॉक्टर किंवा नर्स असायचे. 'मृत्यूचा प्रसंग तुम्हाला सहन होणार नाही' असं कारण सांगून रुग्णाच्या नातेवाइकांना डॉक्टर बाहेर पाठवत असत. पण आजकाल मात्र मृत्यूच्या अंतिम क्षणापर्यंत नातेवाइकांनी रुग्णाजवळ असावं, असा आग्रह डॉक्टर धरतात. या सर्व गोष्टींमुळे भविष्यात सहानुभौतिक मृत्युसन्निध अनुभव हा संशोधनाचा मुख्य विषय होईल, ही खात्री आहे.

दुसरं म्हणजे लोकांना मृत्युसन्निध अनुभवातील मुख्य प्रसंग समजावेत, अनुभवता यावेत यासाठी मी एक सुरक्षित पद्धती विकसित केली आहे. आणि तिचं परीक्षणही केलं आहे. विशेषतः जे लोक मृत्यूचं ओझरतं दर्शन घेऊन परत आले आहेत, त्यांनी या अनुभवात मृत प्रियजनांच्या आत्म्याशी संवाद साधल्याचं सांगितलं आहे. वैद्यकीय शास्त्रानंही हे आता सांगितलं आहे, की मानसिक दृष्ट्या सामान्य (तंदुरुस्त) असलेल्या अनेक लोकांना मृत्यूच्या छायेत असताना प्रियजनांचे आत्मे दिसले आहेत.

मृत्युसन्निध अनुभवात दिसलेले मृतात्मे किंवा सहानुभौतिक मृत्युसन्निध अनुभवात दुरावलेले नातेवाईक इतरांना त्यांच्या शोकाकुल अवस्थेतून बाहेर काढायला मदतच करत असतात. त्यामुळे प्राचीन काळातील अशा काही शोधपद्धतींवर काम करणं रोचक आणि उत्साहवर्धक ठरेल, जिथे या पद्धतींद्वारे जिवंत असलेले लोक त्यांच्या मृत्यू झालेल्या प्रियजनांच्या आत्म्याला पाहू शकत होते, त्यांच्याशी बोलू शकत होते.

प्राचीन ग्रंथांचा अभ्यास करून आणि ग्रीसमधील मृतात्म्यांना जागृत करण्याच्या पुरातत्त्वशास्त्राच्या ठिकाणी जाऊन मी ही पद्धत पुनर्निर्मित केली आहे. मी शेकडो लोकांना याबाबत मार्गदर्शन केलं आहे आणि त्यांना त्यांच्या प्रियजनांच्या आत्म्याशी भेटण्याचा प्रत्यक्ष अनुभव मिळाला आहे. आश्चर्य म्हणजे या प्रक्रियेत सहभागी होणाऱ्या व्यक्तीला मृतात्म्याशी

एकरूप झाल्याचा अनुभव येतो आणि त्याच्या सत्यतेबद्दल त्यांना कसलीही शंका नसते. कदाचित याही पेक्षा महत्त्वाची गोष्ट म्हणजे या लोकांनी त्या आत्म्यांच्या भेटीमुळे त्यांचा आत्यंतिक शोक कमी झाल्याचं म्हटलं आहे. मी स्वतः हे १९९२ साली प्रथम नोंदवलं आणि त्यानंतर जगभरातील विविध मानसतज्ज्ञांनी स्वतंत्रपणे त्यावर शिक्कामोर्तब केले. अगदी अलीकडेच माझी ही मृतात्म्यांना जागृत करण्याची पद्धत एका प्रमुख मानसोपचार तज्ज्ञांच्या संस्थेतील संशोधकांनी पुन्हा वापरून पाहिली. कॅलिफोर्नियातील ट्रान्सपर्सनल सायकॉलॉजी इन्स्टिट्यूटमधील शिक्षक आणि विद्यार्थ्यांनी माझे सुरुवातीचे प्रयोग पुन्हा करून पाहिले आणि त्यांना तसेच निष्कर्ष मिळाले. या पद्धतीचे साद्यंत वर्णन करण्याची मुभा या पुस्तकात जागेमुळे मिळत नाही. पण ज्यांना यात खरंच रस असेल त्यांनी माझे पुस्तक जरूर वाचावे. पुस्तकाचे नाव Reunion : Visionary Encounters with Departed Loved Ones.

थोडक्यात सारांश, आपल्या हे जग सोडून गेलेल्या प्रियजनांना पाहण्याची, त्यांच्याशी बोलण्याची अशी एक विश्वासार्ह पद्धत आता निर्माण झाली आहे. माझ्या संपूर्ण कारकिर्दीत शोक करणाऱ्या लोकांचे समुपदेशन करताना मी अनेक वेळा अनेकजण एकाच मंत्राचा जप करताना पाहिले आहेत – 'फक्त पाच मिनिटं अजून मिळाली असती ना मी त्यांचा नीट निरोप तरी घेतला असता. माझं त्याच्यावर किती प्रेम आहे हे तरी सांगितलं असतं. फक्त पाच मिनिटं हवी होती.' अशा वियोगी माणसांना ही पाच मिनिटे मी नक्की देऊ शकतो, याचा मला आत्मविश्वास आहे.

तिसरी गोष्ट, 'लाईफ आफ्टर लाईफ' या पुस्तकातले अनुभव, नोंदी या मी १९६३ सालापासून करत असलेल्या एकूण संशोधनाचा एक छोटासा भाग आहेत. या प्रकल्पाचा कळसाध्याय म्हणजे बहुविध माध्यमातील स्वयंसूचित कार्यक्रमाची निर्मिती (multimedia self-instructional program). या कार्यक्रमात सुरुवातीला अगदी थोड्या लोकांना मार्गदर्शक देऊन पलीकडच्या जगात सुरक्षितपणे नेऊन आणण्याचं काम केलं जाईल. त्यांचा हा पलीकडचा अनुभव शब्दबद्ध करण्यासाठी त्यांची तयारीही या कार्यक्रमातूनच केली जाईल. या संशोधनातून ज्यांनी पलीकडच्या जगात

जाण्याचा अनुभव घेतला आहे, अशा व्यक्तींचा एक गट निर्माण करायचा आहे. या गटाला त्यांचा अनुभव लिखित स्वरूपात मांडण्याची विलक्षण संधी मिळेल आणि त्यांच्या या लिखाणाचा उपयोग मृत्युपश्चात जीवन संकल्पनेच्या डोळस संशोधनासाठी होईल.

मी ज्या कामाबद्दल आज पहिल्यांदाच बोलतो आहे, ते काम पुढील काही वर्षांत या विलक्षण संकल्पनेबाबत उत्साही लोकांमध्ये वैचारिक चर्चा घडवून आणेल अशी माझी खात्री आहे. त्या पलीकडच्या जगाला थोड्यावेळासाठी भेट देऊन सुरक्षित परत येण्याची ही प्रक्रिया खरोखरीच विलक्षण आहे. इतकंच नाही, तर ते कसं करता येईल, हेही मी ठरवलं आहे आणि माझ्या या दाव्याचं समर्थन करायला मी तयार आहे.

मृत्युपश्चात जीवनाला शास्त्रीय पुरावा अखेर मिळाला, असा याचा अर्थ आहे का? तर नाही. पण मृत्युपश्चात जीवनाची संकल्पना आता जास्त सुरक्षित पदाकडे नेणारी ही महत्त्वाची पायरी आहे हे नक्की. या नवीन प्रयत्नातून मानवी चैतन्य, मृत्युसन्निध अनुभव आणि अशा इतर संकल्पनांना समजून घेण्यामध्ये बरीच प्रगती होणार आहे. लवकरच मी हे नवीन काम प्रसिद्ध करायचा विचार करतोय – The Wisdom of Nonsense : How to Prepare for Your Near-Death Experience.

एकविसाव्या शतकात मृत्युपश्चात जीवनाबाबतच्या सुज्ञ समजुतीबाबत खूप मोठी प्रगती होईल, असे भाकीत मी करतो. प्लेटोने तेवीसशे वर्षांपूर्वी याबाबत लिहिलं होतं आणि आता त्याचा इतका विकास झाला आहे. याचबरोबर एक महत्त्वाचा इशारा द्यायलाच हवा, मृत्युसन्निध अनुभवाबद्दलच्या प्रत्येकाच्या मनात असलेल्या सुप्त आकर्षणामुळे त्याविषयाचा प्रसिद्धी माध्यमात गवगवा होणारच.

दुर्दैवानं फक्त स्वतःची टिमकी वाजवण्यासाठी किंवा पैसे कमावण्याच्या उद्देशानं अनेक लोकांनी बनावट, खोटी सामग्री टाकून या विषयावर पुस्तकं लिहून पुस्तकांचा एक डोंगरच रचला आहे. यातून खऱ्या ज्ञानाचा विकास होत नाही. मृत्युपश्चात अनुभवांविषयी लोकांच्या मनातील कुतूहलाचा गैरफायदा घेणाऱ्या अशा निर्दयी व्यापारी वृत्तीमुळे मला अतिशय दुःख होतं. माझ्या कामामध्ये मी कित्येक लोकांना प्रियजनांच्या वियोगाच्या तीव्र वेदना सहन

करताना पाहतो. असे अनेक लोक दिलासा मिळवण्यासाठी या विषयावरच्या पुस्तकांचा शोध घेत असतात. पण त्यांच्या या अवस्थेचा गैरफायदा घेऊन त्यातून पैसे मिळवण्याचा उद्योग करणाऱ्या लोकांचा मला खूप त्रास होतो. या पार्श्वभूमीवर माझ्या प्रकाशकांनी मला मृत्युपश्चात अनुभवांविषयीच्या योग्य आणि विश्वासार्ह पुस्तकांची यादी करायला सांगितली, अशी पुस्तकं जी मला वैयक्तिकरीत्या विश्वासार्ह वाटतात.

एक महत्त्वाचं पुस्तक जॉर्ज रिट्ची (George Ritchie, M.D.) यांनी लिहिलेलं आहे. Ordered to return : My Life After Dying - Hampton Roads Publishers डॉ. रिट्ची यांचा अनुभव मी १९६५ साली ऐकला तसाच आहे आणि त्यातूनच मला या संशोधनाची प्रेरणा मिळाली. डॉ. रिट्ची एक अतिशय उत्तम गृहस्थ होते. १९५० या दशकात त्यांनी स्वतःचा मृत्युपश्चात अनुभव सर्वांना सांगण्याचं धैर्य दाखवलं, त्या बदल्यात हेटाळणी आणि उपहासच त्यांच्या पदरी पडला. पण त्यांनी मात्र माझ्यासारख्या हजारो लोकांना प्रेरणा दिली आणि त्यांच्या संपूर्ण वैद्यकीय कारकिर्दीत अनेकांना मदत केली.

स्टॉर्स इथल्या कनेक्टिकट विद्यापीठात मानसशास्त्राचे प्राध्यापक असलेले एमिराइटस् (Emeritus), डॉ. केनेथ रिंग (Dr. Kenneth Ring) यांनीही याविषयावर उल्लेखनीय कार्य केलं आहे. यांचं १९८० साली प्रकाशित झालेलं Life At Death हे पुस्तक म्हणजे या विषयातील रचनाबद्ध सांख्यिक अभ्यासाचं पहिलं उदाहरण आहे. त्यांनी अलीकडेच शेरॉन कूपर (Sharon Cooper) यांच्याबरोबर एक पुस्तक लिहिलं आहे - Mindsight : Near Death & Out of Body Experiences in the Blind. या पुस्तकात त्यांनी अंध लोकांचे मृत्युपश्चात अनुभव सांगितले आहेत. आश्चर्याची गोष्ट म्हणजे या अंध व्यक्तींना मरणासन्न अवस्थेत अशारीर स्थितीत भोवतालच्या गोष्टी बघता येत होत्या.

वर्जिनिया मेडीकल सेंटर विद्यापीठातील डॉ. ब्रूस ग्रेसन (Dr. Bruce Greyson, M.D.) यांनी या संकल्पनेचा अभ्यास इतर कोणत्याही व्यक्तीपेक्षा जास्त केला असावा. गेली पंधरा वर्षं डॉ. ग्रेसन 'जर्नल ऑफ नियर डेथ स्टडीज्' हे न्यूयॉर्कच्या ह्युमन सायन्स प्रेस तर्फे प्रकाशित केलं जाणारं

प्रभावी जर्नल संपादित करत आहेत. यामध्ये वैद्यकीय आणि शैक्षणिक क्षेत्रातील नामवंत लोकांचे या विषयावरील लेख असतात.

वॉशिंग्टन – सिएटल इथे बालरोगतज्ज्ञ असलेल्या डॉ. मेलविन मॉर्स (Melvin Morse, M.D.) यांनी लहान मुलांच्या मृत्युसन्निध अनुभवांबाबत अतिशय उत्तम पुस्तकं आणि लेख लिहिले आहेत. त्यांनी पॉल पेरी (Paul Perry) यांच्याबरोबर लिहिलेल्या दोन पुस्तकांची नावं मी सुचवत आहे – Transformed by the Light : The Powerful Effect of Near-Death Experiences on People's Lives. आणि Closer to the Light : Learning from the Near-Death Experiences of Children.

या अकल्पित विषयात आणि मृत्युपश्चात जीवनात अधिक माहिती मिळवण्यात रस असलेल्यांसाठी मी माझं अलीकडेच प्रकाशित झालेलं पुस्तक सुचवतो. The Last Laugh : A New Philosophy of Near Death Experiences, Apparitions & the Paranormal (Hampton Roads Publishers) या पुस्तकांमधून या असामान्य संकल्पनेच्या संशोधनावर नव्यानं प्रकाश टाकण्यात आला आहे. या क्षेत्रातील माझ्या सहकाऱ्यांनी त्याचं चांगलं स्वागत करून प्रोत्साहन दिलं आहे.

शेवटी मी संपूर्ण जगभरातील 'लाईफ आफ्टर लाईफ' (Life After Life) या पुस्तकाच्या असंख्य वाचकांचे अतिशय मनापासून आभार मानतो. बऱ्याच लोकांनी मृत्यूसंबंधी वाचून त्यांच्या आयुष्यात कितीतरी मोठा बदल घडून आल्याचं मला लिहून कळवलं आहे. या पुस्तकामुळे प्रियजनांच्या मृत्यूसमयी मोठा दिलासा मिळाल्याचं मला अनेकांनी कळवलं आहे. त्यांचाही मी ऋणी आहे.

मी आनंदानं हे कबूल करतो, की हे माझं संशोधन या विषयाच्या फक्त पृष्ठभागालाच स्पर्श करू शकले आहे. मृत्युपश्चात जीवनाच्या नंतरच्या अभ्यासातून अनेक आश्चर्यकारक गोष्टी नजीकच्या भविष्यात समोर येतील, अशी माझी खात्री आहे.

रेमंड ए. मूडी Ph.D. M. D.

सप्टेंबर २०००

ऋणनिर्देश

माझ्या या संशोधनात आणि लिखाणात मला अनेकानेक लोकांचे साहाय्य आणि प्रोत्साहन मिळाले आहे. त्यांच्याशिवाय माझा हा प्रकल्प मी पूर्ण करूच शकलो नसतो. या विषयावर मी सार्वजनिक रीत्या व्याख्यान द्यावं, असा सर्वांत आधी आग्रह धरणारा माझा अत्यंत चांगला मित्र जॉन क्वाट्रझ, मॉकिंगबर्ड बुक्सच्या जॉन इगल यांनी या विषयाचं पुस्तक लिहिण्यासाठी मला प्रोत्साहित केलं आणि सर्वतोपरी साहाय्य केलं. लिओनार्ड, मेई, बेकी आणि स्कॉट ब्रूक्स यांनी जी लागेल ती मदत मला वेळोवेळी केली. कॅथी टबाकियन माझ्या सोबत अनेक मुलाखतींच्या वेळी होती आणि त्यानंतरच्या तिच्याशी झालेल्या दीर्घ चर्चेतून मला खूप फायदा झाला. जॉर्जिया मेडीकल कॉलेजमधले रूस मूर्स, रिचर्ड मार्टिन आणि एड मॅक्रॅनी यांनी बहुमोल सूचना केल्या आणि संबंधित साहित्याचे संदर्भ मिळवून दिले. माझ्या बायकोनं हस्तलिखितं आणि छापील मजकूर तपासून देण्यासाठी तिचा बराच वेळ दिला. सर्वांत महत्त्वाचं ज्या सगळ्या लोकांनी मला त्यांचे मृत्युछायेतले अनुभव सांगितले, त्यांचा मी शतशः ऋणी आहे. वर उल्लेख केलेल्या सर्वांनी माझ्यावर जो विश्वास दाखवला तो या पुस्तकातून सार्थ ठरेल अशी आशा आहे.

समाप्त

परिशिष्ट २

वॉव पब्लिशिंग्ज् प्रा.लि.द्वारा प्रकाशित श्रेष्ठ पुस्तकें

अंतर्मनाच्या शक्तीपलीकडील आत्मबळ

पृष्ठसंख्या ... 144   मूल्य ... 140/-

अंतर्मनाच्या शक्तीमागे कोणते आत्मबळ कार्यरत असते, याचा उलगडा प्रस्तुत पुस्तकात करण्यात आला आहे. या पुस्तकामुळे तुम्हाला आरोग्य, ज्ञान, शांती, कला, कौशल्य आणि समृद्धी प्राप्त करण्याचे रहस्य तर उमगेलच; पण त्याहीपलीकडे गवसेल, आत्मबळाचे वरदान!

याशिवाय प्रस्तुत पुस्तकात समाविष्ट आहे:
- अंतर्मनाला कसे आणि का प्रशिक्षित करावे?
- अंतर्मनापलीकडे असणाऱ्या, आत्मबळ प्रदान करतील अशा पाच शक्ती
- आत्मबळाच्या आधारे अशक्यप्राय ध्येय पूर्ण कसे करावे?
- भावना कशा हाताळाव्यात?
- उर्जा एकाग्रित कशी करावी?
- स्वयंशिस्त, धैर्य आणि सहनशीलता आत्मसात कशी करावी?

थोडक्यात, या पुस्तकात सामावले आहे अंतर्मनाच्या शक्तीने सामर्थ्यशाली बनण्याचे रहस्य. तेव्हा समृद्ध जीवनाचा शुभारंभ करा...आज...आता...या क्षणी!

आळसावर मात

पृष्ठसंख्या ... 200   मूल्य ... 150/-

प्रत्येकालाच आयुष्यात सुखसमृद्धी, सफलता पाहिजे असते. जीवनातील सुखस्वप्नं साकार करण्यासाठी काही प्रयत्नांची पराकाष्ठा करतात, तर काहींच्या कल्पना आणि योजना केवळ कागदांवरच राहतात. प्रत्यक्ष कृतीत ते मागे पडतात आणि मग आयुष्यात अपयशाचा सामना करत राहतात. माणसाच्या असफल-तेमागे जे विचार असतात त्यातील सगळयात मोठा आहे तो तम, तमोगुण. आळस, सुस्ती, निद्रा, कंटाळा ही या तमोगुणाची प्रत्यक्ष रूपं. परंतु सुस्ती किंवा आळस हे कधी विकार वाटणार नाहीत इतके ते आपल्यामध्ये भिनत जातात. या पुस्तकातून आपल्यात लपलेल्या आणि आयुष्य पूर्णपणे पोखरून काढणऱ्या आळसावर मात कशी करावी याविषयी मार्गदर्शन केले आहे. हे मार्गदर्शन ७ संकेत, ७ पाऊलं, ७ दिशा आणि १३ उपायांच्या माध्यमातून केलं आहे. तेव्हा विनाविलंब हे पुस्तक वाचा आणि आळसाला कायमचे हद्दपार करा.

हिमालय नि एक तपस्वी

पृष्ठसंख्या ... 272   मूल्य ... 250/-

आध्यात्मिक नीरक्षीर विवेक ठेवून भारत आणि तिबेट या देशांचा चोखंदळपणे प्रवास करणाऱ्या अत्यल्प अभ्यासकांमध्ये पॉल ब्रन्टन यांचे स्थान अग्रक्रमाचे आहे. मुळातच पत्रकाराचा पिंड असल्याने त्यांया लेखनातून हिमालयाच्या उत्तुंग हिमशिखरांचे आणि पर्वतरांगांचे वर्णन विलोभनीयरीत्या प्रकटते. या प्रवासात अनेक योगी आणि सिद्ध व्यक्तींबरोबर झालेल्या त्यांच्या भेटी फारच अद्‌भुत आहेत. या भेटींनीच त्यांना पौर्वात्य तत्त्वज्ञानाचा महत्त्वाचा विश्लेषक बनविले.

हे नितांतसुंदर पुस्तक आपल्याला अनेक साक्षात्कार घडवते. जसे की, आपल्याजवळ या वादळी जगात शांततेचे मरूद्यान असायलाच हवे, मग आपण कोणत्या काळात जगत आहोत हा मुद्दा गौण ठरतो. रोजच्या जीवनातून काही काळासाठी असे निवृत्त होणे आपला दुर्बळपणा नसून सामर्थ्य आहे. आपल्यातील अलौकिक आणि गहन शांततेचा आपल्याला शोध लागला की त्या अपरिचित शक्तीशी, अमर्याद ज्ञानाशी आणि सुशीलतेशी जोडले जाण्याचे फायदे आपल्या लक्षात येतील.

हिमालय नि एक तपस्वी हे पुस्तक प्रवासवर्णन आणि गहन अध्यात्मिक अनुभव यांचा सहजसुंदर मिलाफ आहे. या प्रवासात जसजसे आपण लेखकाबरोबर हिमालयाच्या पर्वतरांगांमधून तिबेटमधल्या कैलास पर्वताकडे जाऊ लागतो, तसतसा लेखक आपल्याला आणखी एक विलक्षण आणि कालातील आंतरिक प्रवासाचा मार्ग दाखवतो. हा मार्गच भौतिक आयुष्यातील चढउतार पार करण्याचे सामर्थ्य आपल्याला देतो.

रहस्यमय भारताचा शोध

पृष्ठसंख्या ... 368 मूल्य ... 295/-

प्रत्येक मानवी जीवनात दैवी स्वरूप स्वतःला व्यक्त करीत असतं; पण मानवाने त्याच्याकडे काणाडोळा केला, तर असा साक्षात्कार म्हणजे खडकाळ जमिनीत पेरलेलं बीज ठरेल, जे कधीच रुजत नाही. या दैवी जाणिवेतून कोणालाही वगळले जात नाही. किंबहुना मानवच स्वतःला त्यातून वगळून टाकतो. नेहमीच हिरव्या फांदीवर झुलणाऱ्या प्रत्येक पक्ष्याने, आपल्या मातेचा प्रेमळ हात धरून ठेवणाऱ्या मुलाने जीवनाचे गूढ कोडे केव्हाच सोडवलेले असते आणि त्याचं उत्तरही त्याच्या मुद्रेवर झळकत असतं. तिथे मानव मात्र जीवनाच्या अर्थाविषयी आणि रहस्यांविषयी केवळ औपचारिक आणि अहंमन्य चौकशी करीत असतो. मग जीवनाची गूढ रहस्यं त्याला उमजत नाहीत. 'मी कोण आहे', हा प्रश्न तुम्हाला या रहस्यांच्या तळापर्यंत घेऊन जाईल. त्यानंतर एका गहन साक्षात्काराच्या, जाणीवेच्या रुपात ते उत्तर आपोआप तुमच्यासमोर प्रकट होईल...

अदृश्य पण अत्यंत समृद्ध, साधा परंतु संपूर्ण विश्वाला प्रकाश देणारा असा रहस्यमय भारताचा शोध जाणून घेण्यासाठी प्रत्येकाने हे पुस्तक वाचायलाच हवं.

तृतीय नेत्र

पृष्ठसंख्या ... 264   मूल्य ... 250/-

टी लोबसंग राम्पा तिबेटी धर्मगुरू बनणार हे पूर्वनियोजितच होतं... ग्रहांकडून मिळणाऱ्या सूचना दुर्लक्ष्य करता न येण्याइतपत सुस्पष्ट होत्या. आपलं श्रीमंत घरदार सोडून तो जेव्हा मठात प्रवेश घेण्यासाठी निघाला, तेव्हा पुढ्यात वाढून ठेवलेल्या दमछाक करणाऱ्या धार्मिक शिक्षणाची आणि अत्यंत कठीण अशा शारीरिक कसरतींची त्याला पुसटशी कल्पना होती. त्याचं हृदय अस्वस्थतेनं आणि अनामिक भितीनं भरून गेलं होतं.

ही त्याचीच गोष्ट आहे. चाकपोरी लामासेरी या तिबेटी औषधशास्त्र आणि शरीरविज्ञानाच्या मंदिरात घडून आलेला स्वसंवेद्य होण्याचा, स्वबोधाकडे नेणारा हा प्रवास अतिशय प्रेरणादायी तर आहेच पण तो इतका सुंदरही आहे की आपल्या मनावर त्याचे गारूड झाल्या शिवाय राहत नाही.

अवकाश प्रवास, लोलकात किंवा काचगोळ्यात पाहून भविष्य पहाणे, मनुष्याच्या उर्जावलयाचा अर्थ लावणे, ध्यानधारणा आणि अशा अनेक गुढविद्यांमधून हा प्रवास पुढे सरकत रहातो. सर्वसाक्षी आणि सर्वशक्तिमानाचे द्वार खुले करून स्वबोध आणि आत्मसाक्षात्काराचा मार्ग मोकळे करणारे मार्गदर्शक पुस्तक आहे हे...

आणि... त्या दिवशी माझा मृत्यू झाला

पृष्ठसंख्या ... 240   मूल्य ... 195/-

ही कहाणी आहे अनिता मूरजानी या कॅन्सर पेशंटची. चार वर्ष चाललेल्या तिच्या जीवघेण्या लढाईची. एक एक अवयव निकामी होत गेला आणि अखेर ती शेवटच्या घटका मोजू लागली. मृत्यूला तिने स्पर्श केला आणि एक विलक्षण साक्षात्कार तिला झाला... तो म्हणजे आपल्या शरीरापलीकडच्या अस्तित्वाचा. तिथे मृत्युची भीती संपली... जीवन अमर्याद आहे हे कळून चुकले. हेही लक्षात आले की तिला बरे करण्याचे सामर्थ्य तिच्याचकडे आहे. आणि अनिता मृत्युच्या जगातून परत फिरली ती खडखडीत बरी होऊनच. आता ती संपूर्ण रोगमुक्त झालेली होती. तिच्यावर उपचार करणारे डॉक्टर्स देखील थक्क झाले. या जीवनात असे अनेक चमत्कार घडू शकतात ज्याची आपण कधी कल्पनाही केलेली नसते!

पण ह्या पुस्तकाचे महत्व या चमत्कारापेक्षा खूप जास्त आहे. 'मी कोण आहे?' हा माणसाला सुरवाती पासून पडलेला प्रश्न. दैनंदिन जीवन जगत असताना कराव्या लागणाऱ्या विविध भूमिका म्हणजे मी आहे का? की शरीर म्हणजे मी आहे? शरीराच्या माध्यमातून मी जीवनाचा अनुभव घेतो की मी साक्षात जीवनच आहे? जीवनाने शरीराच्या माध्यमातून घेतलेला मानवी जीवनाचा अनुभव म्हणजेच माझे जीवन तर नव्हे? तसे असेल तर 'मी' जन्म मृत्यूच्या पल्याडचे अस्तित्वच आहे, नाही का? हे आणि यासारखे असंख्य प्रश्न माणसाला अगदी सुरूवातीपासून पडलेले आहेत. या सर्व मूलभूत प्रश्नांच्या उत्तराचे दिग्दर्शन करण्याचे सामर्थ्य 'आणि त्या दिवशी माझा मृत्यू झाला' या पुस्तकात आहे. हेच त्याचे बलस्थान आहे.

महाआसमानी परमज्ञान शिबिर परिचय आणि लाभ

तेजज्ञान फाउंडेशन आत्मविकासातून आत्म साक्षात्कार प्राप्त करण्याचा एक मार्ग आहे. यासाठी सरश्रींद्वारा एक अनोखी बोधप्रणाली (System for Wisdom) निर्माण झाली आहे. या प्रणालीला आंतरराष्ट्रीय प्रमाणपत्राद्वारे ISO 9001:2015च्या आवश्यकतेनुसार आणि निकष पडताळून सरळ, व्यावहारिक आणि प्रभावी बनवलं गेलं आहे.

या संस्थेच्या प्रबोधनपद्धतीच्या भिन्न पैलूंना (शिक्षण, निरीक्षण आणि गुणवत्ता) स्वतंत्र गुणवत्ता परीक्षकांद्वारे (Quality Auditors) क्रमबद्ध पद्धतीने पडताळलं गेलं. त्यानंतर या पैलूंना ISO 9001:2015 साठी पात्र समजून या बोधपद्धतीला हे प्रमाणपत्र प्रदान करण्यात आलं.

या फाउंडेशनचे लक्ष्य आहे नकारात्मक विचारांकडून सकारात्मक विचारांकडे वाटचाल. सकारात्मक विचारांकडून शुभ विचारांकडे म्हणजे हॅपी थॉट्सकडे प्रगती. शुभ विचारांकडून निर्विचार अवस्थेकडे मार्गक्रमण आणि निर्विचार अवस्थेच्या अंती आत्मसाक्षात्कार प्राप्ती. 'मी सर्व विचारांपासून मुक्त व्हावे' हा विचार म्हणजे शुभ विचार (हॅपी थॉट्स). 'मी प्रत्येक इच्छेपासून मुक्त व्हावे', अशी इच्छा म्हणजे शुभ इच्छा.

तेजज्ञान म्हणजे ज्ञान व अज्ञान या दोहोंच्या पलीकडचे ज्ञान. पुष्कळ लोक सामान्य ज्ञानाच्या (General Knowledge) माहितीलाच ज्ञान मानतात. परंतु अस्सल ज्ञान आणि नुसती माहिती यांत फार मोठे अंतर आहे. आजमितीला लोक सामान्य ज्ञानाच्या उत्तरांनाच जास्त महत्त्व देतात. अशा ज्ञानाचे विषय म्हणजे कर्म आणि भाग्य, योग आणि प्राणायाम, स्वर्ग आणि नरक इत्यादी. आजच्या युगात सामान्यज्ञान प्राप्त करणारे लोक, शिक्षक मोठ्या प्रमाणावर आहेत; परंतु हे ज्ञान ऐकून जीवनात परिवर्तन घडून येत नाही. असे ज्ञान म्हणजे केवळ बुद्धिविलास आहे किंवा अध्यात्माच्या नावावर चाललेला बुद्धीचा व्यायाम आहे.

सर्व समस्यांवरील उपाय आहे तेजज्ञान. क्रोध, चिंता आणि भय यांपासून मुक्त जीवन म्हणजे तेजज्ञान. शारीरिक, मानसिक, सामाजिक, आर्थिक आणि आध्यात्मिक प्रगतीचा, सर्वांगीण प्रगतीचा मार्ग आहे तेजज्ञान. तेजज्ञान आपल्या अंतरंगात आहे. येथे या आणि या गोष्टीचा अनुभव घ्या.

आपल्याला असे ज्ञान हवे आहे, की जे सामान्य ज्ञानापलीकडे आहे, जे प्रत्येक समस्येवरील उत्तर आहे, जे प्रत्येक समजुतीपासून, गृहीत धारणांपासून आपल्याला मुक्त करते, ईश्वरी साक्षात्कार घडविते, अंतिम सत्यात स्थापित

करते. आता वेळ आली आहे शाब्दिक, सामान्यज्ञानातून बाहेर येऊन तेजज्ञानाचा अनुभव घेण्याची!

आजवर जप-तप, तंत्र-मंत्र, कर्म-भाग्य, ध्यान-ज्ञान, योग-भक्ती असे अनेक मार्ग अध्यात्मात सांगितले आहेत. या सर्व मार्गांनी प्राप्त होणारी अंतिम समज, अंतिम ज्ञान, बोध एकच आहे. अंतिम सत्याच्या शोधकाला, साधकाला शेवटी जी एकच 'समज' प्राप्त होते, ती 'समज' श्रवणानेसुद्धा प्राप्त होऊ शकते. अशा समजप्राप्तीसाठी श्रवण करणे यालाच तेजज्ञान प्राप्त करणे म्हटले गेले आहे. तेजज्ञानाच्या श्रवणाने सत्याचा साक्षात्कार घडतो, ईश्वरीय अनुभव मिळतो. हेच तेजज्ञान सरश्री महाआसमानी शिबिरात प्रदान करतात.

सरश्रींचा आध्यात्मिक शोध त्यांच्या बालपणापासूनच सुरू झाला होता. हा शोध सुरू असताना त्यांनी अनेक प्रकारच्या पुस्तकांचा अभ्यास केला. त्याचबरोबर आपल्या आध्यात्मिक शोधात मग्न राहून त्यांनी अनेक ध्यानपद्धतींचा अभ्यास केला. त्यांच्या या शोधाने त्यांना अनेक वैचारिक आणि शैक्षणिक संस्थांमध्ये जाण्यासाठी प्रेरित केले.

सत्यप्राप्तीच्या शोधासाठी जास्तीत-जास्त वेळ देता यावा, या तीव्र इच्छेने त्यांना, ते करत असलेले अध्यापनाचे कार्य त्याग करण्यास प्रवृत्त केले. जीवनाचे रहस्य समजण्यासाठी त्यांनी बराच काळ मनन करून आपले शोधकार्य सतत सुरू ठेवले. या शोधाच्या शेवटी त्यांना 'आत्मबोध' प्राप्त झाला. आत्मसाक्षात्कारानंतर त्यांना जाणवले, की सत्यापर्यंत पोहोचण्याच्या प्रत्येक मार्गात एकच सुटलेली कडी (मिसिंग लिंक) आहे आणि ती म्हणजे 'समज' (Understanding).

सरश्री म्हणतात, 'सत्यप्राप्तीच्या सर्व मार्गांचा आरंभ वेगवेगळ्या प्रकारे होतो, परंतु सर्वांचा शेवट मात्र 'समजे'ने होतो. ही 'समज'च सर्व काही असून, ती स्वतःच परिपूर्ण आहे. आध्यात्मिक ज्ञान प्राप्तीकरिता या 'समजे'चे श्रवणसुद्धा पुरेसे आहे' हीच 'समज' प्रदान करण्यासाठी सरश्रींनी 'तेजज्ञानाची' निर्मिती केली. तेजज्ञान ही आत्मविकासातून आत्मसाक्षात्कार प्राप्त करण्याची संपूर्ण ज्ञानप्रणाली आहे.

सरश्रींनी अडीच हजारांहून अधिक प्रवचन दिले आहेत आणि शंभरपेक्षा जास्त पुस्तकांची रचना केली आहे. ही पुस्तके दहापेक्षा अधिक भाषांमध्ये रूपांतरित केली गेली असून, पेंगुइन बुक्स, हे हाऊस पब्लिशर्स, जैको बुक्स, हिंद पॉकेट बुक्स, मंजुल पब्लिशिंग हाऊस, प्रभात प्रकाशन, राजपाल ॲण्ड सन्स, पेंटागॉन प्रेस, सकाळ पेपर्स इत्यादी प्रमुख प्रकाशन संस्थांद्वारा प्रकाशित केली गेली आहेत. सरश्रींच्या शिकवणीने लाखो लोकांच्या जीवनात परिवर्तन घडलं आहे. तसेच संपूर्ण विश्वाची चेतना वाढविण्यासाठी कित्येक सामाजिक कार्यांची सुरुवातही केली आहे.

तुम्हाला सर्वोच्च आनंद हवाय? असा आनंद, जो कोणत्याही बाह्य कारणावर अवलंबून नाही... जो प्रत्येक क्षणी वृद्धिंगत होतो. या जीवनात तुम्हाला प्रेम, विश्वास, शांती, समृद्धी आणि परमसंतुष्टी हवी आहे का? शारीरिक, मानसिक, सामाजिक, आर्थिक आणि आध्यात्मिक अशा आयुष्याच्या सर्व स्तरांवर यशस्वी होण्याची तुमची इच्छा आहे का? 'मी कोण आहे' हे तुम्हाला अनुभवाने जाणावंसं वाटतं का?

तुमच्या अंतर्यामी अशा सर्व प्रश्नांची उत्तरं जाणण्याची इच्छा आणि 'अंतिम सत्य' प्राप्त करण्याची तृष्णा असेल, तर तेजज्ञान फाउंडेशनतर्फे आयोजित 'महाआसमानी शिबिरा'त तुमचं स्वागत आहे. हे शिबिर सरश्रींच्या मार्गदर्शनावर आधारित आहे. सरश्री, आजच्या युगातील आध्यात्मिक गुरू असून, ते आजच्या लोकभाषेत अत्यंत सहजपणे आध्यात्मिक समज प्रदान करतात.

महाआसमानी परमज्ञान शिबिराचा उद्देश :

विश्वातील प्रत्येक मनुष्यानं 'मी कोण आहे', या प्रश्नाचं उत्तर जाणून तो सर्वोच्च आनंदाच्या अवस्थेत स्थापित व्हावा, हाच या शिबिराचा मुख्य उद्देश आहे. प्रत्येकाला असं ज्ञान प्राप्त व्हावं, जेणेकरून त्यानं प्रत्येक क्षणी वर्तमानात जगण्याची कला आत्मसात करावी. तो भूतकाळाचं ओझं आणि भविष्याची चिंता यांतून मुक्त व्हावा. प्रत्येकाच्या आयुष्यात कधीही न संपणारा आनंद आणि योग्य समज यावी. शिवाय, प्रत्येकानं समस्या विलीन करण्याची कला आत्मसात करावी. थोडक्यात, मनुष्यजन्माचा उद्देश सफल व्हावा, हाच या शिबिराचा उद्देश आहे.

'मी कोण आहे? मी येथे का आहे? मोक्ष म्हणजे काय? या जन्मातच मोक्षप्राप्ती शक्य आहे का?' असे प्रश्न जर तुमच्या मनात असतील, तर त्यांवरील उत्तर आहे- 'महाआसमानी शिबिर'.

महाआसमानी परमज्ञान शिबिराचे मुख्य लाभ :

वास्तविक या शिबिराचे लाभ तर असंख्य आहेत; पण त्यांपैकी मुख्य लाभ पुढीलप्रमाणे-

* जीवनात शक्तिशाली ध्येय निश्चित होतं
* 'मी कोण आहे' हे अनुभवाने जाणता येतं (सेल्फ रियलायजेशन)
* मनाचे सर्व विकार विलीन होतात.
* भय, चिंता, क्रोध, बोरडम, मोह, तणाव या नकारात्मक बाबींतून मुक्ती
* प्रेम, आनंद, मौन, समृद्धी, संतुष्टी, विश्वास अशा दिव्य गुणांशी युक्ती
* साधं, सरळ पण शक्तिशाली जीवन जगता येतं
* प्रत्येक समस्येचं निराकरण करण्याची कला प्राप्त होते
* 'प्रत्येक क्षणी वर्तमानात जगणं' हा तुमचा स्वभाव बनतो

* आपल्यातील सर्व सकारात्मक शक्यता खुलतात

* याच जीवनात मोक्षप्राप्ती होते

महाआसमानी शिबिर वर्षभरात पाच-सहा वेळा आयोजित केलं जातं. यात हजारो सत्यशोधक सहभागी होतात. महाआसमानी शिबिराची पूर्वतयारी तुम्ही तेजज्ञान फाउंडेशनच्या नजीकच्या सेंटरवरही करू शकता. महाराष्ट्रात अहमदनगर, सातारा, औरंगाबाद, नाशिक, नागपूर, वर्धा, अमरावती, चंद्रपूर, यवतमाळ, कोल्हापूर, सांगली, रत्नागिरी, लातूर, बीड, नांदेड, परभणी, पनवेल, मुंबई, ठाणे, सोलापूर, पंढरपूर, जळगाव, अकोला, बुलढाणा, धुळे, भुसावळ आणि महाराष्ट्राबाहेर सुरत, अहमदाबाद, बडोदा, नवी दिल्ली, बेंगलुरू, बेळगाव, धारवाड, रायपूर, भुवनेश्वर, कोलकाता, रांची, लखनौ, कानपूर, चंदीगढ, जयपूर, चेन्नई, पणजी, म्हापसा, भोपाळ, इंदोर, इटारसी, हर्दा, विदिशा, बुऱ्हाणपूर या ठिकाणी महाआसमानी शिबिराची पूर्वतयारी करू शकता.

महाआसमानी शिबिर स्थान

मनन आश्रम : मनन आश्रम, पुणे, सर्व्हे नं. ४३, सनस नगर, नांदोशी गांव, किरकट वाडी फाटा, तालुका - हवेली, जिल्हा - पुणे ४११०२४.

फोन : 09921008060

पुस्तकासंबंधी अधिक माहितीसाठी संपर्क साधा

आपणास हवी असलेली पुस्तकं घरपोच मिळण्यासाठी मनीऑर्डर पाठवा.

ही पुस्तकं आमच्या खर्चाने रजिस्टर्ड पोस्ट, कुरिअर आणि व्ही.पी.पी.द्वारे पाठवली जातील. त्यासाठी खालील फोन नंबर वर संपर्क साधावा.

मो. : ९६२३४५७८७३ / ९०११०१३२१०

आपण पुस्तकांची ऑर्डर ऑनलाईनही देऊ शकता.

लॉग इन करा – www.gethappythoughts.org

४ पेक्षा अधिक पुस्तकं मागविल्यास १०% विशेष सूट मिळेल.

आगामी महाआसमानी (निवासी) शिबिरामध्ये आपले स्थान आरक्षित करण्यासाठी त्वरित संपर्क करा –

०९९२१००८०६०, ०९०११०१३२०८

www.ingramcontent.com/pod-product-compliance
Lightning Source LLC
LaVergne TN
LVHW091047100526
838202LV00077B/3059